व्यंकटेश माडगूळकर

I0691020

कोवळे दिवस

मेहता पब्लिशिंग हाऊस

KOVALE DIVAS by VYANKATESH MADGULKAR

कोवळे दिवस / कादंबरी

व्यंकटेश माडगूळकर

Email : author@mehtapublishinghouse.com

प्रकाशक

सुनील अनिल मेहता, मेहता पब्लिशिंग हाऊस
१९४१ सदाशिव पेठ, माडीवाले कॉलनी, पुणे - ३०.

अक्षरजुळणी

इफेक्ट्स, २१/६ब आयडिअल कॉलनी, कोथरूड, पुणे - ३८.

मुखपृष्ठ व मांडणी

चंद्रमोहन कुलकर्णी

मुखपृष्ठावरील लेखकाचे छायाचित्र
शेखर गोडबोले

प्रकाशनकाल

पहिली आवृत्ती : ऑगस्ट, १९७९, जानेवारी, १९९०, जानेवारी, १९९५
ऑगस्ट, २००१, जानेवारी, २००९
मेहता पब्लिशिंग हाऊसची सहावी आवृत्ती : मे, २०१२
एप्रिल, २०१३ / पुनर्मुद्रण : डिसेंबर, २०१७

P Book ISBN 9788184983760
E Book ISBN 9789387789425

E Books available on : play.google.com/store/books
www.amazon.in

पुन:पुन्हा मी स्वत:शीच म्हणे, गुन्हेगार जन्मावाच लागतो. ती काही प्रयत्नपूर्वक साध्य होणारी गोष्ट नाही. मुळात तशी मनोवृत्तीच पाहिजे. गुन्हा करताना तर नाडीचे ठोके जलद पडता कामा नयेतच; पण पुढंसुद्धा कशानंही चेहरा बावरता कामा नये. कुठं काही खुट्ट झालं की, काळीज धडधडून चालणार नाही. थंड, निर्विकार वृत्तीनं वावरता आलं पाहिजे.

सबंध जानेवारी महिना मी मनातून धास्तावलेला होतो. काळ्याशार डोहाच्या तळाशी अक्राळविक्राळ सुसर असावी, अशी ही धास्ती होती. मधूनच ही क्रूर सुसर आपले भयानक डोळे आणि नाकाची भोके पाण्यावर काढी, बघे आणि दुसऱ्या क्षणी तळाशी जाऊन बसे.

इथं कोल्हापूर शहरात माझा कोणी सहकारी नव्हता. सगळे त्याच रात्री आठ दिशांना पांगले होते. मी एकटाच स्टेशनवर रात्री उशिराची गाडी पकडून कोल्हापूरला आपल्या घरी पोहचलो होतो. कळपातून एकटा पडलो होतो. सूचना अशा होत्या की, पुढचा आदेश मिळेपर्यंत प्रत्येकानं ज्या त्या ठिकाणी रोजचे व्यवहार करीत राहायचं. संशय येईल; असं अर्थातच वागा-बोलायचं नाही. त्यातून दुर्दैवानं कोणी पकडलं गेलंच, तर कसलाही धोका पत्करून पळून जाण्याचा आटोकाट प्रयत्न सतत करीत राहायचं. आणि अत्यंत महत्त्वाची गोष्ट म्हणजे कसलीही कबुली द्यायची नाही. सहकाऱ्यांची नावं, पत्ते मुळीच उघड करायचे नाहीत.

सुदैवाची गोष्ट म्हणजे दादा आणि वहिनी दोन महिन्यांसाठी पुण्याला गेले होते. घराची किल्ली माझ्यापाशी होती. तूर्त तरी घरचे असे काही बंधन नव्हते. केव्हाही यावे, केव्हाही जावे. जेवायला वेळेवर आलो नाही, म्हणून एकवार दादासाहेबांनी अतिशय गंभीरपणे विचारलं होतं, 'कुटुंबसंस्थेवर आपला विश्वास आहे ना?'

गुन्हा करून आल्यापासून मी घरी झोपायचं टाळत होतो. शहराच्या अत्यंत

दुर्लक्षित भागात मी नाममात्र भाड्यानं दोन खोल्या घेऊन ठेवल्या होत्या. एक या टोकाला, दुसरी त्या टोकाला. कधी दादाचं घर, कधी ही खोली, कधी ती खोली, असं पिलं घातलेल्या मांजरीसारखं मी बिऱ्हाड बदलत होतो. मुक्कामावर असण्याच्या आणि झोपण्याच्या वेळा आणि जागा कधीही निश्चित ठेवीत नव्हतो. केव्हाही बाहेरून घरात शिरण्याआधी सावधगिरी घेत होतो.

माझ्या एका खोलीत डॉ. हेडगेवारांचा मोठा फोटो लावलेला होता. त्याला नेहमी चंदनाचा हार घातलेला असे. टोपी घालण्याची जेव्हा जेव्हा गरज पडे, तेव्हा मी काळी, लोकरीची टोपी वापरीत असे. कधीमधी खाकी अर्धी चड्डीही घालून बाहेर हिंडत असे. खोलीच्या कोपऱ्यात एक दंडही उभा ठेवून दिलेला होता.

अर्थात पोलीस माझ्यापेक्षा जास्त हुशार आहेत, याची जाणीव मला होती.

जानेवारी महिना संपता संपता एक संध्याकाळ अशी आलीच की, त्यांनी मला गाठले. मी काही प्रसिद्ध व्यक्ती नव्हतो. सभा-संमेलनाकडे मी कधी फिरकत नसे. माझा फोटोही उपलब्ध नव्हता. साहजिकच माझा चेहरामोहरा पोलिसांच्या माहितीचा नव्हता. रेड इंडियनांच्या काही जमातींत मुलाला नाव असे नसेच; ते पुढे त्याला काही विक्रम करून मिळवावं लागे. त्याचं नाव हीच त्याची कीर्ती असे. मी नाव कमावलेलं नव्हतं, पण व्यवहाराच्या सोयीसाठी पाळण्यात ठेवलेलं माझं नाव पोलिसांना कळलं असलं पाहिजे. चौकाच्या कोपऱ्यावर, येणाऱ्या लोकांवर बारीक नजर ठेवून उभे असे गणवेशातील इन्स्पेक्टर, हवालदार मी पाहिले आणि चमकलो. चोराच्या मनात चांदणं. थोडं पुढं जाऊन सायकल घराकडं वळवली.

माझ्या घरासमोर उभ्या राहिलेल्या साध्या वेषातल्या पोलिसानं एक लहानशी चूक अनवधानानं केली होती. पोशाख बदलला होता. डोक्याला काळी टोपी, अंगात शर्ट आणि कोट, खाली धोतर, पण पायातल्या वहाणा खास पोलिसी होत्या. शिवाय त्यानं आणखी एक मोठीच चूक केली. माझ्या नावाचा माणूस इथं कुठं राहतो, हे मलाच विचारलं. क्षणाचाही विलंब न लावता मी कुलूप असलेल्या माझ्या भावाच्या घराकडं बोट दाखवलं आणि सायकलवर टांग टाकून सुसाट पुढं गेलो. जाता-जाता एक घातकी दृश्य मला दिसलं. आमची शेजारीण दारातच बसली होती आणि मला तिनं पाहिलं होतं.

पाच मिनिटांत सायकलनं बरीच घरं मागं टाकली. इथं रस्ता फुटला होता. हा रस्ता, काळाची दगडमाती पडून बुजत चाललेल्या तळ्याला वळसा मारून थेट गावाबाहेरच्या रंकाळा तळ्याकडे गेला होता आणि त्याच फाट्याने गंगावेस गाठली होती. आता हुलकावणीच द्यायची, तर गावाबाहेर आणि मोटारस्टँडकडे जाणारे हे दोन्ही रस्ते सोडून मधेच कुठंतरी घरात शिरणं हा शहाणपणा होता.

दोन्हीही वाहत्या रस्त्यांची फुटाफूट साधून, तळ्याच्या कोपऱ्यावर पानवाल्या तांबोळ्याचं दुकान होतं. हे दुकान म्हणजे त्याच्या कौलारू घराचाच लहानसा दर्शनी भाग होता. दुकानाला लागूनच घराचं प्रवेशद्वार होतं. तांबोळी ओळखीचा होता. गिऱ्हाईक आणि विक्रेता या नात्यानं मी, आश्रित आणि आश्रयदाता, असं रूपांतर केलं. सायकल उचलून, दगडी पायऱ्या चढून गेलो आणि सायकलीसह घराच्या लहान चौकटीतून आत शिरलो. घरात बऱ्यापैकी अंधार होता. उजव्या बाजूला अंधाऱ्या कोपऱ्यात डांबराचं एक रिकामं पिंप होतं. त्याच्या आधारानं सायकल लावली आणि कान टवकारून गप्प उभा राहिलो.

दुकानातल्या बैठकीवर बसून पानांचा कुजका भाग कात्रीनं कापून टाकण्याचा उद्योग चालू असतानाच; कधी नव्हे तो मी सायकलसकट घरात शिरलो हे तांबोळ्यानं पाहिलं असलं पाहिजे. दुकानाच्या उंच फळीवरून घराच्या दगडी पायऱ्यांवर उडी घेऊन तो चौकटीतून आत आला. माझ्याकडं बघून तो काही बोलण्यासाठी तोंड उघडणार, तेवढ्यात 'बोलू नका' अशी मी केलेली खूण त्याला समजली.

कुठनं, कुणाला ठाऊक, पण माझ्यापाशी विलक्षण धैर्य गोळा झालं होतं. खुणेनंच मी त्याला जवळ बोलावून घेतलं आणि त्याच्या कानाशी तोंड नेऊन म्हणालो, "काही विशेष नाही. पोलीस मागं लागलेत. त्यांना चुकवायला तुमच्या घरात शिरलोय."

या अनपेक्षित बातमीनं तांबोळी कावराबावरा झाला.

बाहेर गेला. रस्त्यावर डोकावून आला.

मग माझ्याजवळ येऊन कुजबुजला, "माळ्यावर तरी बसा मग. वर ऱ्हायलासा, म्हंजे कुनाला काई पत्त्या न्हाई लागनार!"

तांबोळ्याच्या कौलारू घराला बुटका माळा होता. तिथवर चढून जाण्यासाठी कळकाची काटकोळी शिडी लावलेलीच होती. तत्परतेनं ती चढून मी माळ्यावर गेलो.

माझ्या आधी कोणी माणसानं या माळ्याचा बसण्या-उठण्यासाठी उपयोग केलेला दिसत नव्हता. सहाण्यातनं दिसणारा आभाळाचा ठिपका. कुठे कुठे लागलेली कोळ्याची जाळी. धुरोळ्याचा, मातीचा कुबट वास. फुटक्या लोखंडी पाट्या, मोडका माच, पाळणा, गंजलेल्या ट्रंका, बारदानाचा गळाठा असलं काहीबाही सामान. खिडकी नाही. आता पुन्हा खाली न उतरता परभारे इथूनच पोबारा करता येईल का, म्हणून मी बारीक तपासणी केली. सामानाच्या ढिगाऱ्याचा कौशल्यानं उपयोग केला, तर नळीची कौलं काढून छपरावर जाता येण्याजोगं होतं. उत्तररात्री, तीनच्या सुमारास झोपा फार गडद असतात, तेव्हा हा कारभार करायला हवा होता.

समजा घराची उंची माळ्याच्या तीन फुटांसकट, मागच्या भिंतीच्या बाजूला सुमारे तेरा फूट.

छपराच्या कडेची, अंग वर निघेल, एवढी कौलं हलक्या हातानं उलगडायची. वर निघाल्यानंतर, भिंतीबाहेर काढलेला वासा, खनपट – काहीतरी लोंबकळण्यासाठी मिळेल. माझी उंची पाच फूट सात इंच. त्यात हाताची लांबी धरली, तर पाच-साडेपाच फूट खाली कोसळावं लागेल. काही अवघड नाही. खाली दगड-धोंडे, काटे-कुटे नाहीत याची खात्री करून घेतली म्हणजे झालं. घराच्या मागच्या बाजूला बुजलेलं तळंच आहे. म्हणजे अंधार असणारच. त्यात एकवार शिरलं की, लांबपर्यंत कुणाच्या नजरेला पडण्याची धास्ती नाही.

तिथून पुढं?

मोटार, रेल्वे वर्ज्य. कारण रेल्वे-स्टेशन आणि शहराच्या तिन्ही दिशांना असणारे मोटारस्टँड यावर पोलीस नजर ठेवून असणारच. म्हणजे गल्लीबोळांतून शहराबाहेर पडायचं, आडवाटा बघून पायी अंतर तोडायचं. मधेच कुठं हमरस्त्यावर ट्रकला हात दाखवून पायांना विसावा द्यायचा. असा सगळा पुढचा हिशेब चालू होता.

दरम्यान, घाबऱ्या चेहऱ्यानं तांबोळी वर येऊन गेला.

"साहेब, तेबी आपलं गिराईकच. शिपायांस्नी धडाधड शिव्या घालीत होते फौजदारसाहेब. दोन येळा चकरा मारून गेले दुकानावरनं...."

"जाऊ द्या. त्यांनी मला या घरात शिरलेलं बघितलेलं नाही. बघितलं असतं, कुणी बघितल्याचं सांगितलं असतं, तर आतापर्यंत तुमच्यापाशी चौकशी केली असती. घरात येऊन तपास करून गेले असते. काही काळजी करू नका आणि हे बघा, हा साधा गांधीबाबांच्या चळवळीचा मामला आहे. मी काही खून-मारामारी केलेली नाही."

"छे, हो, असं कधी होईल! आपन मान्सं काय त्यातली का? थोरल्या सायबांना सगळं जग वळखतंय की –"

"तुमी निवांत आपला उद्योग करत ऱ्हा. जरा अंधार झाला की, मी जाईन."

बापडा पोरसवदा तांबोळी मनातनं चांगलाच हबकला होता. म्हणाला, "काय करावं? सायेब, वयनीबाई कुनी हितं न्हाई आन् काय परसंग हा...."

बाहेर दुकानातला पाट रिकामा होता. आलेलं गिऱ्हाईक जाईल, म्हणून तांबोळी गडबडीनं शिडी उतरून खाली गेला.

मी नको-नको म्हणत असतानाही माळ्यावर उजेड पाहिजे, म्हणून तो चिमणी ठेवून गेला होता. सावधगिरी म्हणून मी तीही अगदी बारीक करून आडोशाला ठेवली.

मनगटावरच्या घड्याळात बघितलं. साडेआठ वाजले होते. म्हणजे माळ्यावर

बसून मला फार तर तीन, साडेतीन तास झाले होते. कमीच असतील; कारण क्लास संपवून परत घराकडं येताना मी काही वेळ हॉटेलात चहापाण्यासाठी गमावला होता.

एकदम जाणीव झाली की, लघवी फार लागली आहे. ती आवरणं आता अशक्यच. माळ्यावर काही सोय नव्हती. छपराला असलेलं सहाणं सोडलं, तर बाहेर वाट आहे, अशी जागाच नव्हती. मोरी नाही. बाहेर तुतारी सोडून द्यावी, अशी पाठभिंतीला खिडकी, जाळी काहीही नाही.

काही क्षण नाना शक्यतांचा विचार मी भराभर केला.

अडचणीच्या वेळी काय किंवा संकटाच्या वेळी काय, अगदी कड्याच्या टोकाशी गेल्यावरच मेंदू तल्लख होतो.

अंगावर खादीची जाड पँट होती. शर्ट होता. वर जाड खादी कोट होता. पँटच्या आत जाड कापडाचा लंगोट होता.

चित्रकला शिकायला लागल्यापासून सुरुवातीला एक गोष्ट लक्षात आली होती. रंगाच्या पेटीबरोबर स्पंजचा मोठा तुकडा ही एक गरजेची वस्तू आहे. जाड असा ड्रॉईंगपेपर बोर्डावर ताणल्यानंतर त्याचा ओशटपणा जाण्यासाठी ओल्या स्पंजानं पुसून घ्यावा लागे. वॉटरकलर जरुरीपेक्षा जास्त केला गेला, उपयोगात आणून उरला की, पेटीच्या खळग्यातून तो टिपून काढण्यासाठीही स्पंज लागे. माझे स्पंज हरवत, चोरीला जात आणि ते पुन:पुन्हा घ्यायला पैसे नसत. मग वापरून, मऊसूत झालेल्या जुन्या धोतराचं स्वच्छ फडकं मी स्पंज म्हणून वापरी. बोळा केला की, तो स्पंजच होई.

लंगोट सोडून त्याचा स्पंज केला तर?

विचार अमलात आणला. विलक्षण सुख वाटलं! देहकर्म उरकल्या उरकल्या सकाळी मांजर आनंदानं उड्या मारतं, ते उगीच नाही!

ओला बोळा दूर कपड्यात ठेवून दिला. म्हटलं, बाहेर पडताना घेऊन जाऊ आणि तळ्याच्या दलदलीत फेकून देऊ.

शिडी वाजली. तांबोळ्याची म्हातारी आई वर आली. आडोशाला ठेवली होती, ती चिमणी समोर घेऊन मी वात वर चढवली, तेव्हा माझं तोंड तिला दिसलं. खासगी आवाज काढून तिनं विचारलं, "आमी आता जेवन करतोय. तुमाला चालतंय का आमाघरचं? दूदभात, गूळ खाता?"

क्लास संपवून परत येताना गंगावेस मोटारस्टँडवरच्या एका गावरान हॉटेलात तिखटजाळ मिसळ, लोणी लावलेला ब्रेड, काजूची गरम गरम भजी – असं हाणून आलो होतो. भूक मुळीच नव्हती; पण आता नको म्हणालो, तर या घरात शिजलेलं

अन्न घ्यायचं नाही म्हणून 'नको', असं म्हातारीला वाटलं असतं. म्हणालो, "मी येताना खाऊन आलोय. फार भूक नाही. थोडंसं द्या."

गरम गरम पहिल्या वाफेचा भात, घट्टमुट्ट दूध, पिवळ्याजर्द गुळाचा खडा असलेली चकचकीत पितळी, पाण्याचा लोटा वर आला. हात धुण्यासाठी म्हातारीनं लोखंडी पाटीही आणली.

अलीकडं काही दिवस भानामतीचा अनुभव मी घेतच होतो. सुखाच्या घासात सतत माती कालवली जात होती. काही चांगलं अन्न खाता खाता मधेच मन म्हणे, हे आता विसरलं पाहिजे. इथून पुढं अनेक वर्षं कदान्न खावं लागणार आहे. चकचकीत ताट बघता बघता त्याची लोखंडी थाळी होई. अंगावरचे स्वच्छ परीटघडीचे कपडे, भरड-डगळ असा गणवेश होत. त्यावर उभ्या-आडव्या काळ्या रेघा उठत. रात्री गादीवर अंग टाकलं की, तिचं भरड बोचरं घोंगडं होई. खाली ढेकूण, पिसवा डसत आणि वरच्या कौलारू छपरातून जाड, केसाळ-खाजरे सुरवंट शेकड्यांनी अंगावर गळत.

तांबोळ्याचा दूधभात मी चवीनं खाल्ला.

माझ्यासमोर लखलखीत थाळी बघून म्हातारीला बरं वाटलं. म्हणाली, "अजून आनते. पोटभर जेवा, म्हनं."

"पोटभर जेवलो मी. आणखी आणाल तर, ते बांधून बरोबर न्यावं लागेल." यावर म्हातारी तोंडभरून हसली.

माळ्यावर बसून मी बराच विचार केला. आणि अखेर परंपरागत विचारांपाशी येऊन थांबलो.

पकडलाच जाणार असलो, तर कितीही खबरदारी घेतली, तरीही ती उपयोगी पडणार नाही. तेव्हा प्राप्त परिस्थितीत जेवढी म्हणून खबरदारी घेता येईल, तेवढी घेऊन बाहेर पडावं. पुढं होईल, ते होईल. म्हणजे असं की, गस्तीचे शिपाई जेव्हा झोपाळतात, अशा वेळी म्हणजे भल्या पहाटे, सायकल घेऊन बाहेर पडावं. शक्य तोवर प्रमुख रस्ते, पोलीस-चौक्या चुकवाव्यात. शहराबाहेर पडून थेट तीस-पस्तीस मैल असलेल्या इस्लामपूरचा रस्ता धरावा. भन्नाट सायकल मारावी. इस्लामपूर गाठलं की, तिथनं मोटारीनं कऱ्हाड, विटं, खानापूर – आणि आपलं गाव!

पण सायकल?

ती माझ्या मालकीची नव्हती, संघटनेची!

ठीक आहे. तो विचार वाटेवर करू. पाय आणि डोकं एकत्र छान चालतात.

मग तांबोळीमियांना म्हणालो, "भाईसाब, आपलं एक काम करा. मला एक जुनं धोतर आणि पटका, फेटा असं काहीतरी डोक्याला गुंडाळायला द्या आणि सायकलच्या हँडलला अडकवायला एक मोठी चरवी – दुधाची असती तशी. शिंकाळं बांधलेली. या सगळ्या वस्तू पकडला गेलो नाही, तर तुम्हाला पोचत्या करीन. नाही तर एवढी चळवळ देशभर चाललीय, लोक गोळ्या छातीवर घेताहेत, तुरुंगात जाताहेत, कुणा-कुणाची घरंदारं, शेतजमिनी जप्त होताहेत, त्यात आपणही एवढं सोडलं, असं समजा."

मियांच्या डोक्यात 'कुणाचा देश हा?' असा काही मूलभूत प्रश्न नसावा.

ते म्हणाले, "सायेब, अशी काय मोठी मामलत मागताय तुमी? हा परसंग आला नसता, तर माझ्या गरिबाच्या घरात कशाला आला असता? एक पंजी, एक आंगराखं आणि एक कासांडी गेली, म्हंजे माजं कपाळ गेलं का? घिऊन जा. यातनं पार पडला तुमी, म्हंजे पावलं सगळं आमाला!"

मी अंगावरची पँट, शर्ट, कोट हे सगळे कपडे उतरवले आणि झकास सोगा सोडून गाठीचं धोतर नेसलो. पैरण घातली. डोक्याला मुंडासं गुंडाळून पाठीवर शेमला सोडला. सगळं रूपच बदलून गेलं. मला त्या पोशाखात बघून तांबोळ्याच्या म्हातारीनंसुद्धा तोंडाला पदर लावला.

नाही तरी माणसाची श्रेणी त्यानं अंगावर काय घातलं आहे, यावरच ठरत नाही का? हा पांढरपेशा, हा गावढा, हा पोस्टमन, हा खलाशी, हा पंडित हे आपण कशावरून ठरवतो?

कपडे घालून दाराशी येणाऱ्या कोणाही परक्या माणसावर भुंकणारा, पण एक चोर रात्री नागडा आलेला बघताच मुस्कट दाबून राहिलेला कुत्रा, थोरोनं पाहिला नव्हता का?

भल्या पहाटे तांबोळ्याचे मन:पूर्वक आभार मानून मी माळा सोडला. आडवेतिडवे गल्लीबोळ पार करून इस्लामपूरकडे जाणाऱ्या सडकेला लागलो.

हळूहळू आभाळातल्या चांदण्या विझू लागल्या. पूर्वदिशा उजळू लागली. थंडगार वारा वाहू लागला. रस्त्याकडेच्या झाडांवर झोपलेली पाखरे जागी झाली आणि रानात वस्ती घालून राहिलेल्या कोणा शेतकऱ्याच्या कोंबड्यानं दिलेली

खणखणीत बांग मला ऐकू आली.

एकाएकी नवा जोम आला. असं वाटलं की, आता मी थेट असाच, या सायकलीवरून माझ्या घराच्या दाराशीसुद्धा जाईन. चार भिंतींबाहेरची प्रत्येक प्रभात ही असाच नवा जोम, नवे चैतन्य घेऊन उगवत असली पाहिजे. याच कल्याणप्रद घटकेला पाखरांना गाणे स्फुरते, कळीचे उमलून फूल होते आणि वृक्षांना नवे धुमारे फुटतात. आजवर मानवजातीच्या कल्याणाचे जे जे म्हणून विचार विचारवंतांना आणि प्रतिभावंतांना सुचले, उच्चारले, गाईले किंवा लिहिले गेले, तेही अशाच वेळी स्फुरले असावेत.

जोरजोराने मी सायकल पिटाळीत चाललो होतो आणि या देशाचे राष्ट्रीय वाहन, अशी पहिली बैलगाडी समोरून येताना मला जेव्हा दिसली, तेव्हा हात वर करून मी मोठ्यांदा म्हणालो, ''रामराम, हो!''

त्यासरशी अंगभर धोतर पांघरूण वैरणीनं भरलेल्या गाडीच्या दांड्यावर बसलेला गाडीवानही गडबडीनं उजवा हात बाहेर काढून कपाळाकडं नेत म्हणाला, ''रामराम, रामराम!''

इस्लामपूरच्या मोटारस्टँडवर ध्यानीमनी नसताना पवार भेटला. हा माझ्याच वयाचा पोरगा होता. कोल्हापूरचाच आणि आम्हा चळवळ्यांच्या परिवारातला. लिखापढीच्या कामात मला तो मदतनीस म्हणून मिळाला होता. निरोप्या म्हणूनही काम करायचा. माझा वेष बघून तो चरकला. दृष्टीभेट झाली; पण चार लोकांत ओळख द्यावी, का नको म्हणून घुटमळला. मीच हसून बोललो, ''काय हो, काय तयारी?''

पवार म्हणाला, ''मिळंल ती मोटार धरून थेट राजधानी.''

गावांची सांकेतिक नावं आम्ही ठरवून टाकली होती. पत्रात, निरोपात त्यांचा उल्लेख असायचा. राजधानी म्हणजे कोल्हापूर, जंक्शन म्हणजे मिरज, बाजारपेठ म्हणजे सांगली, गिरणगाव म्हणजे मुंबई. पवाराचं खरं आडनाव पवार, का भोसले? हे मला माहीत नव्हतं आणि मी संघटनेत नक्की काय काम करतो, हे पवाराला ठाऊक नव्हतं. ही सगळी गुप्तता कसोशीनं पाळली जाई. कोणी कुणाची फालतू चौकशी करत नसे.

मी विचारलं, ''काय चहापाणी झालंय का?''

''झालंय एकवार, पण पुन्हा करू म्हणाल, तर ना नाही.''

''या की मग!''

ताज्या भज्यांच्या वासानं घमघमणाऱ्या गावठी हॉटेलात जाऊन आम्ही बाकड्यावर बसलो आणि कांद्याचा वास येणारा चहा, मिरचीच्या भज्याशी घेत मी पवाराला

म्हणालो, ''पवार, एक काम करायचं. मीही आता मिळेल ती मोटार पकडून जातो. तुम्ही ही सायकल मोटारीच्या टपावर टाकून कोल्हापूरला न्यायची. वाटलं तर वापरायची; वाटलं तर विकून टाकायची. जमेल ते करा. सायकल माझी नाही, आपल्या ग्रुपचीच आहे आणि मी देतो ते कपडे आणि ही कासंडी, सांगतो त्या पत्त्यावर पोचती करायची. सगळं मात्र बिनबोभाट!''

शेवटचं वाक्य बोलण्याआधी मी आजूबाजूला बघून घेतलं. मिसळभजी खाणारी, चहा पिणारी गिऱ्हाइकं शेजारी होती. हॉटेलातला फोनो आणि लोकांची गवगव, ऑर्डरवाल्या पोरांचे किंचाळणे आणि कपबश्यांचा, पेल्यांचा खडखडाट एवढा उंच होता की, आमचं बोलणं कुणाच्या कानापर्यंत जाणं शक्यच नव्हतं.

मी पवाराला तांबोळ्याचा पत्ता दिला. सडकेपलीकडे, रानात जाऊन वडाच्या बुंध्याआड पोशाख बदलला. पँटशर्ट घातला आणि पटका, धोतर, कासंडी पवाराच्या हवाली केली. त्यानं धोतर चौपदरी करून भुईवर अंथरलं. कासंडी, पटका, सदरा त्यावर टाकून बोचकं बांधलं आणि खांद्यावर टाकलं. सायकलचं हँडल धरून उभा राहिला. माझ्या या आवराआवरीचा अर्थ त्याला कळला असावा. म्हणाला, ''आता मग भेटगाठ?''

''बघू.''

तिथनंच फुटलो. एकमेकांना अनोळखी झालो.

आता माझ्या हातात आर्ट स्कूलचा क्लास संपवून परत येताना सायकलच्या हँडलला अडकवलेली पिशवी तेवढी होती. तिच्यात मोठी, रीव्हजूची कुत्रा छाप कलरबॉक्स, इनॅमलचा पांढरा-निळामग, स्केचबुक, पेन्सिली, तीन-चार सेबल ब्रश आणि वॉटरकलर ट्यूब्जचं एक डबडं होतं.

क्लासची तीन महिन्यांची फी आणि चहापाण्यात खर्च झाले, ते वजा जाऊन कोटाच्या खिशात उरलेले एकोणसाठ रुपये आणि काही सुटे पैसे होते. संघटनेकडून मला महिन्याला नव्वद रुपये मिळत.

'इस्लामपूर-विटा' अशी पाटी कपाळावर असलेल्या मोटारीत जाऊन बसलो. ड्रायव्हरचा अजून पत्ता नव्हता. क्लिनर तेवढा मधूनमधून ड्रायव्हरसमोरचा गोल रबरी हॉर्न स्टाईलबाज वाजवून, 'इस्लाम, इस्लाम, इस्लामपूऽऽर... विटा' असं ओरडून शिटा बोलवीत होता.

शिटा गोळा झाल्या, सामानाची पोती टपावर चढली, आत बसलेल्या लोकांची शिरगणती पुन:पुन्हा झाली आणि एकदाची मोटार सुटली.

हा प्रवास अखेर मला कुठं नेणार होता?

माथ्यावरचा सूर्य आता मावळतीला चालला आहे... आभाळ अंधारून आलं आहे... मक्याच्या पिवळ्या शेतावरून कावळ्यांचा थवा क्षितिजाकडं झेपावतो आहे....

ही भावना एकवार झाली की, घराच्या ओढीनं उधळणाऱ्या गुरासारखं मन मागच्या काळाकडं पुन:पुन्हा जातं. मागचे धागेदोरे हुडकून चऱ्हाट वळण्याचा नाद लागतो. चऱ्हाटसुद्धा नीटसं वळलं जाईल, याचा भरवसा नाही. सगळा गळाठा आहे. एक सोगा इकडं सुटेल, तर दुसरीकडं पोंगा येईल. पण नीटनेटकेपणा अट्टहासानं आणला, चकचकीत आकर्षकता आणली, तरी सौंदर्य येईलच, असं नाही. ते स्वाभाविकपणेच येतं. सर्वांत आकर्षक वाक्यं असतात, ती सर्वांत सुज्ञ अशी वाक्यं असतीलच, असं नाही आणि लालित्याबद्दल बोलायचं, तर राकट हाताकडून कळकळीनं लिहिलं गेलेलं आत्मनिवेदन भिकार पोशाखात बाहेर पडेलच कसं?

मी बऱ्याच अंशी रानटी माणूस आहे. असंस्कृत म्हणाल, तरी कमीपणा वाटणार नाही. माणसातला काही भाग रानटीच असावा. चौफेर सुसंस्कृतपणा काही कामाचा नाही. पाळीव कोंबडा उड्डाण विसरतो. सगळीच्या सगळी जमीन कोणी लागवडीला आणू नये, काही पडीकच राहू द्यावी. जंगल माजू द्यावं. जे जे वन्य असतं, मुक्त असतं, तेच सुंदर असतं.

अगदी बाळपणची एक आठवण मनावर गुहेतील भित्तिचित्रासारखी टवटवीत आहे.

लग्नाचा धूमधडाका, आमच्या चौसोपी वाड्याच्या मधल्या आवारात, उभे-आडवे वासे उभारून मांडव दिलेला. आंब्याचे डहाळे, केळी-कर्दळीचे हिरवे खुंट नेमक्या

जागी हेरून उभारलेले. तोरणं, रंगीत कागदांच्या झिरमिळ्या, पताका शोभेसाठी लावलेल्या. गावठी ताशावाजंत्रीचा अधूनमधून होणारा गजर, धावपळ, हाका-आरोळ्या. पोरांचा गोंधळ आणि पळापळी. रेशमी वस्त्रांची सळसळ, हीना अत्तराचा आणि केवड्याचा सुगंध आणि या सुगंधाला मागं टाकणारा पुरणावरणाच्या स्वयंपाकाचा घमघमाट.

बरं, लग्न कुणाचं? तर, भाऊबंदांपैकी कोणातरी खंडूकाकाचं. ते इथं एवढ्यासाठी की, सगळ्या गावात मोठं घर म्हणावं, असं आमचंच! भाऊबंदांत कुणाघरी लग्नकार्य उभं राहिलं की, ते हमखास आमच्या वाड्यात उरकलं जायचं.

अपूर्वाईची गोष्ट म्हणजे गॅसच्या बत्त्या लग्नासाठी खास तालुक्याहून मागवल्या होत्या. स्टँडवर लोंबकळणाऱ्या प्रत्येक बत्तीला खाली खोकं जोडलेलं होतं. ते कशाला, कोण जाणे. आता एरवी आमच्या घरात उजेड असायचा, तो लामणदिव्यांचा किंवा समईचा! इकडून तिकडे दिवा न्यायचा, म्हणजे दिव्याची उंचावून आकडा झालेली शेपटी धरायची आणि ज्योत विझू नये, म्हणून हातानं आडोसा करून बेतानं, माजघरातून सोप्यात यायचं. कडू तेलावर चालणारा लामणदिवा, समई यांच्या तुलनेनं गॅसबत्ती हा चमत्कारच होता. केवढा भव्य तिचा आकार, कसा ठळक आणि या रूपाला साजेल असा, डोळे दिपवणारा तिचा उजेड. आईच्या अद्‌भुत गोष्टीतल्या सर्पराजासारखा 'हिस्स्' असा सततचा आवाज!

वरातीच्या दिवशी मी पतंगासारखा बत्तीभोवती घोटाळत होतो. जुन्या वाड्यातल्या सोप्याचं जोतं चांगलं कमरेएवढं उंच होतं. त्याच्यावरून अंगणात उडी घ्यायला बघावं, तर माचाडावरून विहिरीत डोकावल्यावर पडतो, तसा पोटात खळगा पडे. या जोत्याच्या कडेला खोकंवाली एक बत्ती ठेवलेली होती. का तर, सबंध आडव्या सोप्यात उजेड आणि समोर अंगणातही उजेड.

बत्ती बघत किती वेळ उभं राहायचं? त्याऐवजी खालच्या चौकोनी डबड्यात त्याचं एवढंसं घर करून बसावंच. आत बसायचं आणि वरच्या बत्तीकडं बघायचं.

हळूच बत्तीजवळ गेलो आणि पाय उचलून चौकोनी डबड्यात टाकला –

दुसऱ्याच क्षणी सगळा कल्लोळ उडाला!

बत्ती कलंडली आणि मला घेऊन धडामकन अंगणात आपटली. भप्पकन निळ्या-पिवळ्या ज्वाळा पेटल्या.

मी जिवाच्या आकांतानं किंचाळलो. गडबडा लोळून, ओरडून ओरडून सगळा मांडव दणाणून सोडला. लग्नघरात भीतीची उंच लाट उसळली आणि गर्जत-घोंगावत या कडेपासनं त्या कडेपर्यंत गेली.

"मेलं गं, बाई, पोर पेटलं!"

"उचला, उचला... ती बत्ती उचला आधी! भोसडीची पोरं! काय उद्योग करतील,

त्याचा नेम नाही.''

इतकी धावाधाव, किंचाळ्या, ओरडा, रडारड झाली की नक्की काय झालं, ते कुणालाही कळेना.

''ही राधी कुठं गेली? राधे –''

''अगं, पोर होरपळलं आगीत आणि तू आहेस कुठं? लक्ष नाही द्यायचं पोराकडं?....''

तेव्हा कुठं माझी आई धावून आली. तोवर विनायकराव तात्यांनी मला उचलून खांद्यावर घेतलं होतं. त्यांच्याकडून तिनं मला ओढून घेतलं आणि पोटाशी धरलं. मी भयंकर भ्यालो होतो आणि गुरासारखा ओरडत होतो. हात-पाय झाडत होतो, ठसकत-खोकत होतो. तेवढ्यानंही मला आईनं नेसलेल्या शालूचा सुरेख वास येत होता आणि माझ्या नाकाडोळ्यांतल्या पाण्यानं तो शालू मळू नये असं वाटत होतं.

बत्ती खाली पडून भडकली होती. उतरत्या अंगणात गडगडत गेल्यामुळे रॉकेल अंगणात फवारून सुरुंगाच्या वातीसारखी ओळ पेटत गेली. आता सगळा मांडवच पेटतो काय, या भीतीनं कुणीतरी दोन घागरी पाणी आणून भडाभडा आगीवर ओतलं. चिखल झाला. इतकं होऊन मला भाजलं होतं कुठं? काखेत! कपड्यांनी पेट घेतला असता, तर मी जगलोच नसतो.

पोर भाजलं, भाजलं म्हणताना, ''शाई आणा, शाई आणा' असा आरडाओरडा झाला. दहा जणं दहा दिशांना पळाली. आमच्या घरात शाई नव्हती. घरी कुणी शाळेचं पोरच नव्हतं. वडील कारकुनी करणारे; पण ती फक्त कचेरीत. लेखणी-दौतीची पिडा त्यांनी विभूतवाडीच्या घरात कधी आणली नव्हती.

शेवटी गावचं कुलकर्णीवतन करणाऱ्या विनायकराव तात्यांनी चौगुल्याच्या चावडीत पिटाळला. तो जांभळ्या-सोनेरी शाईनं भरलेली चिनी मातीची मोठी दौत घेऊन आला आणि माझ्या काखेला थंडगार शाईचा भला मोठ्ठा डाग त्यानं फासला. खणाच्या चोळीला ठुशी लावतात, तसा! माझा आणि शाईचा हा पहिला घनिष्ट संबंध!

आमच्या कुळाचं हव्यकव्य बघणारे गुरुजी मोठे व्युत्पन्न होते. ते या प्रसंगावर काही भविष्यवाणी बोलले.

पुढं कित्येक वर्षे हा प्रसंग आई आत्मनिवेदन करता करता दुसऱ्याला तपशीलवार सांगायची. तो सांगताना, जन्मत:च आकाशातलं फळ घेण्यासाठी उड्डाण घेणाऱ्याची दैवतकथा सांगणाऱ्या पुराणिकबुवाचा आवेश तिच्या निवेदनात असे. पण अशा दैवी उड्डाणासाठी लागणारं शेपूट माणसानं कित्येक कोटी वर्षांपूर्वीच टाकून दिलं आहे, हे तिला माहीत नव्हतं.

आई सांगे,

"सोवळं नेसून गुरुजी आत काही करत होते, ते हातातलं टाकून बाहेर आले. तेजस्वी ब्राह्मण तो. दशग्रंथी. दोनच शब्द मला बोलला बघा, 'मातोश्री, या बालकाला सांभाळा. अग्नीकडं आकृष्ट होण्याचा त्याचा स्वभावच दिसतो; तो नित्य राहणार.' मी काय सांभाळणार हो, कपाळ! उभं वारं आहे हे पोर! त्याची काळजी करून करून माझं काळीज करपून कोळसा झालंय."

देव कोणत्या रूपानं येऊन परीक्षा बघतो, हे कळत नाही. म्हणून आई दाराशी येणाऱ्या कोणाही फकीर-गोसाव्याला पसा-ओंजळ द्यायची. तिची परीक्षा घेण्यासाठी रूप बदलणाऱ्या देवाप्रमाणं मला आकृष्ट करणाऱ्या अग्निनारायणाची रूपंही अनंत असली पाहिजेत.

आजवरच्या पन्नास वर्षांच्या आयुष्यात या ना त्या रूपानं तो मला दिसत राहिला आणि मी त्याच्याकडं आकृष्ट होतच राहिलो. भाजणं, होरपळणं काही कमी वेळा घडलं नाही, पण शाई फासून पुन्हा आग शोधीतच गेलो.

कधी मी आग शोधीत जाई, तर कधी आग मला शोधत येई.

बत्तीच्या प्रसंगानंतर थोडा कळता झालो ना झालो, तोवर पुन्हा माझी आणि वरून कोसळणाऱ्या मरणाची टक्कर झाली.

कुण्डल या वडिलांच्या नोकरीच्या गावी गेलो. बिनभाड्याचे मिळाले म्हणून एका छप्परवजा घरात राहू लागलो. हे घर बऱ्याच उंचीवर बांधलेल्या एका जुन्यापुराण्या वाड्याच्या शेजारी होतं. वाडा फार जुना. आज पुत्रसंतान नाही म्हणून कष्टी अशा इनामदाराच्या कोणा पूर्वजानं बांधलेला होता. त्याला चारी बाजूंना चार मोठे बुरूज होते. आमच्या घराच्या एका बगलेवर आलेला बुरूज प्रचंडच होता. त्याच्या माथ्यावर उगवलेलं गवत पाहायचं, तरी माझी टोपी खाली पडे. हा मागीलदारचा बुरूज. हे मागीलदारसुद्धा बरेच उंचावर होते. पायऱ्या चढून तिथवर जाईतो पायाला गोळे येत.

आमचं छपरीघर बुरुजाकडं पाठ करून होतं. आमच्या घराच्या पाठीला पाठ लावून आणखी एक लांबलचक घर आणि त्या घरासमोर वाड्याचा उभा तट.

आमच्या घरापुढं थोडंसं अंगण, तुळशीवृंदावन आणि त्या पलीकडं लगेच दुसऱ्या घराची लांबलचक दगडी पाठभिंत होती.

गावच्या मुख्य रस्त्याकडं जायचं, म्हणजे आम्हाला चौकटीतून अंगणात येऊन डावीकडं वळावं लागे. वीस पावलं चालायचं, पुन्हा डावीकडं वळायचं. पंचवीस

पावलं गेलं की, समोर प्रचंड बुरूज. उजवीकडं वळून, त्या बुरुजाच्या खालून पायऱ्याला काटकोनात आणखी थोडं चालून गेलं की, मग आडवा रस्ता होता.

इनामदाराच्या वाड्याचा हा बुरूज अगदी ढासळायच्या बेतात येऊन तसाच तग धरून उभा होता. या पावसाळ्यात पडेल, पुढच्या पावसाळ्यात नक्की पडेल, असं करता करता त्यानं अंदाज वर्तवणाऱ्यांना सारखं चकवलं होतं.

एका सकाळी खेळायला जातो म्हणून मी घराबाहेर पडलो. उड्या मारत अंगण ओलांडलं. वळलो आणि धड्ऽ धड्ऽ धड्ऽ असा दबका आवाज होऊन बुरूज कोसळला.

जुने घडीव दगड, गोटे.

पांढरी माती.

धुरोळ्याचा प्रचंड ढग जमिनीवरून आभाळाकडं....

किंकाळ्या, हाका. रडणं, गोंधळ. भयचकित चेहऱ्यानं शेजारीपाजारी बाहेर धावले.

माझी आई, वडील धावत आले.

धुरोळ्यात शिरले. उघडेवाघडे असे माझे कृश वडील धोंडे, माती ओलांडीत चाचपडत हाका मारत होते, ''राजा, राजा....''

दोन्ही दोन्ही हातांनी ते माती उकरत होते, धोंडे उलटत होते. आई वाकून, दोन्ही हात पसरून रडत रडत म्हणाली होती, ''माझं पोर गेलं, हो! माझं पोर बुरुजाखाली सापडलं... अरे, देवा....''

बाजूच्या उकिरड्याच्या ढिगावर चढून मी दगडी पाठभिंतीला पालीसारखा चिकटून उभा होतो. भीतीनं गट्टगोळा होऊन बघत होतो. काय झालं ते कळलंच नाही.

धुरोळा थोडा निवळला, तेव्हा दगडधोंडे उलटून हाका मारणारे आबा दिसले.

रडव्या उंच हाका कानावर आल्या, ''राजा, रे –''

''ओ, मी इथं आहे!''

धुरोळ्यानं भरलेले आबा धावत आले. डबडबल्या डोळ्यांनी, थरथरत्या ओठांनी त्यांनी मला निरखून पाहिलं. माझं सगळं अंग चाचपलं. त्या केराच्या ढिगावरच ते मटकन खाली बसले आणि मला घट्ट पोटाशी धरून म्हणाले, ''नको, रे, नको... बाबा, नको!''

यानंतर चारच वर्षांनी, किन्हई गावी – मी, माळ्याचा शंकर आणि न्हाव्याचा महादा यांना घेऊन गावाबाहेरच्या बागेत पेरू चोरायला गेलो.

सातारा रस्त्याकडं जाणाऱ्या वाटेवर दोन उंच चिंचेची झाडं होती. या झाडांच्या खाली, तोडून आडव्या टाकलेल्या झाडाच्या खोडावर तिघंही चोरलेले पेरू खात

बसलो होतो.

तिसरा प्रहर टळून गेला होता. आभाळ काळ्या ढगांनी झाकोळून आलं होतं.

माझ्या खिशातले पेरू लवकर संपले. म्हणालो, "चला रे, आणखी आणू."

बाग समोरच होती. ती सरकारी होती. आबा वहिवाटदार होते. मला माळ्याची भीती नव्हती.

शंकर तयार झाला. म्हादा नको म्हणाला, "मी बसतो हितं, तुमी दोगं घेऊन या पेरू."

शंभरएक यार्डांवरच आम्ही पेरूच्या डहाळ्यांत वानरांसारखे बसलो असताना काळ्या आभाळात वीज कडाडली. लखकन डोळे दिपवणारा उजेड झाला. डोळे गच्च मिटून आम्ही पेरूच्या खोडाला मिठ्या मारल्या.

विजेचा लोळ उंच चिंचेवर उतरला आणि म्हादाला जाळून पोळून जमिनीत शिरला.

छातीची धडधड शांत झाल्यावर, पेरूंनी जड झालेले चड्ड्यांचे खिसे सावरत आम्ही दोघं चिंचेकडं आलो.

चिंचेची एक बाजूची पानं जळून गेली होती. खोडावरही काळा पट्टा होता. म्हादा करपून धुळीत पडला होता.

पुन्हा पेरू काढायला न जाता मी म्हादाच्या जागी बसून राहिलो असतो तर?

तेव्हाही आई मला पोटाशी धरून रडरड रडली. मला देवापुढं उभा करून म्हणाली, "जगदंबेची शपथ घे. पुन्हा न सांगता-सवरता रानात असा जाणार नाही म्हणून!"

मी शपथ घेतली.

आई माझा हात आपल्या गळ्यावर ठेवून म्हणाली, "बघ, ही शपथ मोडलीस, तर मी मरून जाईन."

काही वर्षं शपथ पाळली. पुढं माझ्याकडून शपथ पाळली गेली नाही.

मग आई म्हणाली, "तुला मी आता देवालाच वाहिला. तो तुला तारील, नाही तर मारील."

बालपणी, माझ्या जन्मगावी माझे सगळे खेळगडी यलमार, मोमीन, मुलाणी, रामोशी, सुतार, न्हावी यांची उघडीवाघडी पोरं होती. कुणाचा बाप मेंढका होता, कुणाचा विणकर होता, कुणाचा तेली होता, तर कुणाचा तराळ होता. सर्वांच्याच आईबापांना पोटापाण्याच्या धंद्यामागं दिवसभर जावं लागे. कवाडाला टाळी लागत. कोंबड्या, शेरडांची लहान कोकरं, दोन्ही डोळ्यांचं भित्ताड झालेली, थकून चिरगूट राहिलेली कुणाची म्हातारी, तर कुणाचा दुखण्यानं अंथरुणावर पडलेला म्हातारा,

एखादं पांगळं, एखादं वेडं असं कोणीतरी तेवढं घरात असे. टाळं लावलेल्या माळीच्या उघड्या सोप्यात, ओट्यावर किंवा अंगणात सावलीसाठी लावलेल्या झाडाखाली या मागं पडलेल्यांची ऊठबस असे.

लहान-लहान पोरं भिंताडाच्या सावलीला खेळत. सगळे खेळ दोन किंवा तीन वस्तूंत खेळले जात. दगड आणि माती. आणि कधी पाणी.

विहीर म्हणून भुईत अणकुचीदार दगडानं खड्डा खोदायचा. चिपाडं सोलून त्यांच्या भेंडानं आणि चोयांनी विहिरीवर माचाड उभं करायचं. मातीचा भराव करून विहिरीवर धाव करायची. चार दगडांचे चार बैल करून चावऱ्या मोटेनं पिकांना पाणी द्यायचं. मातीत सऱ्या पाडून कितीही मोठा कुणबावा करावा. कापूस, मिरची, जोंधळा, गहू, करडा अशी पिकं काढावी. धान्योत्पादनाचा हा खेळ कितीही लांबवता येई. कारण पेरणी, राखणी, काढणी, बडवणी हे सगळं एकापाठोपाठ एक असं करायला आम्ही मोकळे होतो. त्यासाठी योग्य काळ किंवा निसर्ग यांपैकी कुणावरही अवलंबून राहण्याची गरज नव्हती.

या निमित्तानं वेगवेगळ्या भूमिकाही करायला मिळत. 'मी होतो मोटक्या, तू हो दारक्या; तू खळ्याचा धनी, मी बलुता; मी तलाठी, तू येसकर...' अशा गावगाड्यातल्या भूमिका वाटून घ्यायच्या आणि त्या वठवायच्या. अंगणातल्या या खेळात आम्ही फार रमलो आणि गलका ऐकू आला नाही, म्हणजे समोरच्या सोप्यातली आंधळी म्हातारी हातातली काठी भुईवर आपटून मधूनच ओरडायची, "लख्या, अरं, माझ्या वाद्या! हायेस, का आडाकडं गेलास?"

पण आमच्याशी खेळणाऱ्या तिच्या नातवंडाला विहिरीत पाणी आणून ओतण्यासाठी आडापाशी जाण्याचं धाडस करण्याची गरज नसे. पाण्याचा रांजण किंवा मातीची घागर बाहेर अंगणातच असे. ते पाणी लोटक्यानं आणून ओतलं की, आमची विहीर भरे आणि सर्व पिकं पाणी पीत.

हा बैठा खेळ सोडला, तर आणखीही बरेच खेळ होते. त्यासाठी घराचं अंगण सोडून गावातच, पण चार पावलं दूर जावं लागे. गावाच्या मध्यभागी पार होता आणि पारावर प्रचंड मोठा असा निंबवृक्ष होता. मोठमोठ्या शिळांनी बांधलेल्या पाराची उंची पुरुषभर होती. दोन्ही बाजूंनी वर चढायला पायऱ्या होत्या. निंबाच्या थंडगार सावलीत खेळायला ऐसपैस जागा होती. कावळ्यांनी पिकल्या निंबोळ्या खाऊन खाली टाकलेल्या बिया, पिकून खाली पडलेल्या लिंबोळ्या आणि पाने पिकून खाली पडलेल्या पिवळ्याधमक काड्या एवढ्या सामग्रीवर अनेक खेळ रचता येत. लिंबोळ्या जमवून ढीग घातला की, तो पुढ्यात घेऊन आंबे विकणारा कोणी फिरस्ता अब्बासभाई बागवान होता येई. बिया वेचून भुईमुगाच्या शेंगांची वेचणी

आणि आठवडा बाजारातील विक्री करता येई. पिवळ्या काड्यांच्या सुरेख अंगठ्या वळता येत. त्यामुळे गावचा चाळशीवाला सोनार आणि सुगीसराईला गाढवं घेऊन येणारे परदेशी गाढवी-सोनार होता येई. या सोनाराच्या तळावर बांधण्यासाठी गाढवांचासुद्धा तुटवडा नसे. चार-दोन पोरांनी गुडघे, हात जमिनीवर टेकवून ओणवं उभं राहिलं आणि फुर्रफुर्र आवाज काढला की बस्स!

खेळणं नावाची वस्तू कधी आमच्यासाठी आईवडिलांना विकत आणावी लागलीच नाही. वडिलांना मुलाचा कधी फार लाड आला, तर एखादा लाकडाचा बऱ्यापैकी तुकडा घेऊन ते सुतारमेटावर जात. दिवसभर सुताराच्या खनपटीला बसत आणि पायांच्या जागी चार चाकं लावलेला लाकडी बैल करून आणत. त्याची फार अपूर्वाई वाटे. दोरी बांधलेला हा बैल धुळीतून ओढत गावभर हिंडायचं. आरीसाठी छत्रीची काडी किंवा तार-खिळा आणि नेपती-बोरीचं मऊ लाकूड दिलं, तर सुतार भोवरासुद्धा करून देई. त्याला लागणारी चरी मात्र बाळा मांगाकडून जाऊन, घायपाताच्या वाखाची वळून आणावी लागे.

भाद्रपद महिन्यात भटक्या कुत्र्यांची हेंडगुळं लागत आणि पुढं काही महिन्यांनी गावभर कुत्र्यांच्या बेवारशी पोरांचा सुळसुळाट होई. यातली पिलं धरून आणून त्यांना पाळण्याचा खटाटोप करणं, हाही फार मनोरंजक खेळ असे. याशिवाय पिंपळाच्या ढोलीतली टिप्या राघूची पिलं, खारोटीची पोरं, बाभळी-मुरमुटीच्या खोडांवर सापडणारे सोनकिडे, फुलपाखरं, ओढ्याच्या शेवाळाखाली सापडणारे मासे, खेकडे हेही जिवंत खेळणी म्हणून फार उपयोगी पडत.

गावची हद्द ओलांडून थोडं रानावनात, ओघळी-ओढ्यात, तालीत आणि काटवनात हिंडता येऊ लागलं, म्हणजे वन्य पशुपक्ष्यांची, वनस्पतींची एक अद्‌भुत, अलिबाबाची गुहाच उघडे आणि खेळाला दिवसाचे बारा तास पुरे पडत नसत.

मोमीनचा अमीन आणि मी मिळून एकवार ओढ्याकाठी असलेल्या उंच पिंपळावर चढलो. पिंपळाखाली पिकल्या पिंपरांचा सडा पडलेला असे. त्यातून वेचलेली, शेलकी पिंपरं आमच्या जिभेवर बेदाण्यासारखी विरघळायची. या निमित्तानं पिंपळाची गाठभेट होई. मग लक्षात आलं की, पोपटानं ढोलीत पिलं घातली आहेत. दोघंही वर चढलो. डोक्यावरच्या गांधी-टोप्या काढून त्यांचा हातमोजा चढवला, कारण घरात एकटी पोरं असली काय किंवा आईबाप असले काय, धरायला ढोलीत शिरलेल्या बोटांचा करकचून चावा घेतला जाणारच. जाड गांधी-टोपी पुढं केली की, चावा बोटापर्यंत लागत नसे.

राघू पाळण्याचा शौक मोमीनला परवडण्याजोगा नव्हता. ढोलीतलं एकच पोर काढून त्यानं माझ्या हवाली केलं. त्याला ठेवायला पिंजरा शोधीत मी गावभर

हिंडलो. गावच्या वाण्याकडं फक्त जुना पिंजरा होता.

वाणी काहीही फुकट देत नसे. साहजिकच होतं, तो पैसे कमवायला आला होता. वैरणीचा पाचुंदा, चिपटंमापटं धान्य, जळणाच्या लाकडाची मोळी असं काहीबाही घेऊन गेलं, तर मात्र त्या बदली तो तेल, गूळ, शेंगदाणे, फुटाणे असलं काही देई. नाणंच पाहिजे, हा त्याचा आग्रह नसे.

वाणी मला मुळीच बधला नाही. म्हणाला, ''पिंजरा विक्रीचा नाही.''

अखेर आईनं आपली पत आणि गोड शब्द खर्च करून तो माझ्यासाठी मिळवला.

राघूसाठी पिकल्या मिरच्या, पेरू, हरभऱ्याची भिजली डाळ हे खाद्य मिळवणं आणि त्याचा पिंजरा साफ ठेवणं, त्याला बोलायला शिकवायचा प्रयत्न करणं यात माझा दिवसाचा बराच वेळ जाऊ लागला.

एके दिवशी सकाळच्या कोवळ्या उन्हात, मागल्या दारी आडावर नेऊन पिंजरा धुतला. राघू आतच होता. त्याच्याशी बोलत बोलत मी पिंजरा लख्ख केला आणि तो वाऱ्याउन्हानं हाडकला, म्हणजे आत नेऊन टांगू, म्हणून तिथंच दगडावर ठेवला.

दरम्यान, अंगणात खेळगडी आले. म्हणाले, ''येतो का बोराला?''

''कुणीकडं?''

''मारुती यंकूच्या रानात.''

''हो. येतो.''

ही बोराची जागा फार दूर होती. पण तिथं बोराटीचं जंगलच होतं. टपोऱ्या गुळचट बोरफळांनी झाडं लगडलेली असत आणि पिकल्या बोरांचा आंबटगोड वास थंड वातावरणात भरून राहिलेला असे. रानंमाळं पार करत, ओघळी ओलांडत बोराला गेलो.

काळावेळाचा हिशेब नव्हताच. गेलो सकाळी आणि माघारी आलो तिसऱ्या प्रहरी. तोपर्यंत भर उन्हात तापत राहिलेल्या लोखंडी पिंजऱ्यात तडफडून माझं राघूचं पोर मरून गेलं होतं.

मी रडून रडून आईला ही बातमी दिली. घरकामाच्या धबडग्यात पिंजरा सावलीला उचलून ठेवण्याची बुद्धी तिलाही झाली नव्हती. हळहळून, कळवळून ती म्हणाली, ''अगाई, पाखरू तडफडून तडफडून की रे मेलं. आपल्या आईबापांबरोबर राहिलं असतं, तर सुखानं रानात वाढलं असतं. कशाला रे चांडाळा, त्याला झाडावरनं आणून पिंजऱ्यात कोंडलंस? गप, आता रडून ते काय जिवंत होईल का? पुन्हा

रानातली पाखरं धरून घरात नको आणूस कधी. श्राप भोवतो मुक्या पाखराचा!''
मी स्वच्छ फडक्यात गुंडाळून माझा राघू परसातल्या जास्वंदीच्या झाडाखाली पुरून टाकला आणि डोळे पुसले. पुन्हा जन्मात कधी राघू पाळला नाही. महालिंग वाण्याला त्याचा अपेशी पिंजरा परत देऊन टाकला.

अमीनला जेव्हा मी ही बातमी सांगितली, तेव्हा तो म्हणाला, ''मेला, तर मेला. आपण दुसरा धरू.''

''कंठसुद्धा फुटला नव्हता रे! माझ्या चुकीनं मेला.''

फ्याऽ फ्याऽ हसून अमीन म्हणाला, ''माझ्या हातनं आजवर कैक पाखरं मेली असतील. गलोलीनं फटाफट व्हले मारतो. कोंबड्याची मान सुऱ्यानं सोडवतो. एक राघू मेला, तर तुला इतकं काय त्याचं वाटतंय?''

बराच काळ माझ्या मनात राघूचं मरण घर करून होतं. मला वाटायचं, आपणही कधीतरी पिंजऱ्यात उन्हानं तडफडून मरणार. मुरगळलेली मान, उघडं तोंड, दोन्ही हात पसरलेले, पाय पोटाशी आखडलेले!

पुढं, गुराखी पोरांबरोबर रानावनांत हिंडता हिंडता त्यांचे खेळ पाहिले. दिसेल तेव्हा झाडावरचा सरडा दगडानं टिपायचा, पांढरे होले गलोलीनं पाडायचे, पिसं काढून, पोट साफ करून चघळावर रानातच भाजायचे आणि तोडून तोडून खायचे. रामोश्यांची पोरं विहिरीतले पारवे, ओढ्यातले मासे आणि खेकडे, माळावरच्या घोरपडी आणि पकुर्ड्या, चितूर, लावे असले पक्षी, गलोल, गळ, फासे असली हत्यारं वापरून पकडीत आणि चवीनं खाऊन टाकीत. रामोश्यांचीच काय, महारांची, मुसलमानांची, कुणब्यांची – सगळीच पोरं शिकार मोठ्या उत्साहानं करीत. माणूस शेतकरी झाला, तरी शिकारी आदिमानवाचं रक्त त्याच्या धमन्यातून वाहतच राहतं.

हळूहळू माझी नजर मेली. मरण म्हणजे काय, याची काहीशी ओळख झाली. अर्थ उमगला नाही, तरी घटना परिचयाची झाली.

वनविद्येची धुळाक्षरं मी लखू रामोश्याकडून शिकलो. तो ती आईच्या पोटातच शिकला होता. चांगली लवचिक बुद्धी, लहान वय आणि लखूसारखा गुरू यामुळे अंकलिपी मी झपाट्यानं पुरी केली. रानोमाळ भटकण्याची सवय अशी लहानपणीच मला लागली.

डोक्याबद्दल निश्चित विधान करणं अवघड आहे; पण पायांचा उपयोग करण्यात मी सहसा कधी कसूर करत नाही. अफाट माळरानं, नद्यांचे हिरवे लांबलचक काठ, डोंगर आणि दऱ्या-खोरी, अनोळखी जंगलं या असल्या भू-भागावरून अत्यंत सुखानं मी मैलन्‌मैल हिंडतो. अमुक एका ठिकाणी गेल्यावर अमुक मिळतं, असा काही तात्कालिक लाभ या हिंडण्यात नसेना का, दिवसाच्या कोणत्याही प्रहरी, काहीही उद्देश न ठेवता भटकण्यात मला आनंद होतो. काटेसावरीच्या झाडाची बोंडं वाळली, फुटली, म्हणजे त्यातून बाहेर पडलेली पांढरी म्हातारी वाऱ्याबरोबर तरंगत जाते, तितक्या सुखानं माझा हा प्रवास होतो.

बरोबरीची पोरं जमवून मी जेव्हा दगडमातीनं खेळत होतो, तेव्हाच माझी आणि यमूची गट्टी जमली. मला पोरांचे खेळ माहीत होतेच; पण यमूनं विविध खेळांचा केवढा तरी पसारा मला दाखवला. सुम्म दुपारी सगळीकडं चिडीचुप्प असलं, म्हणजे कुठल्या तरी भिंतीच्या सावलीला आम्ही दोघंच खेळात रंगून जायचो. 'घर घर' हा नवा खेळ यमूनंच मला शिकवला. दगड, तरवडाचे डहाळे असं काहीबाही रचून आम्ही भिंतीला लागूनच एक कोनाडा करायचो आणि ते आम्हा दोघांचं घर व्हायचं. मग त्या घरातली बाई यमू आणि पुरुष मी.

पाराशेजारच्या लहानशा थंड देवळात आम्ही हा खेळ खेळत असताना एकदा चक्क रात्र झाली, लुटीपुटीची जेवणं आटोपली गेली, अंथरुणं घातली गेली आणि यमू मला म्हणाली, "असं नाही काही, आपण एकाच अंथरुणावर झोपायचं. आमचा दादा आणि वहिनी असंच झोपतात."

इथपर्यंत सगळं ठीक होतं. यमूनं आपल्या भल्यामोठ्या कुटुंबात भोकर डोळ्यानं नाना प्रकार बघितले असणार, पण त्याला मर्यादा होती. माझं तोवरचं सामान्य ज्ञान फारच विस्तारलेलं होतं.

गावातल्या गाई वाफेवर आल्या की, गाईंचे मालक एकत्र जमून वर्गणी गोळा करत आणि पंचक्रोशीत प्रसिद्ध असलेला उत्तम जातीचा वळू परगावहून बोलावीत. वळू आणि त्याचा मालक आमच्या गावी येई आणि गावाबाहेरच्या पटांगणात चिंचेच्या झाडाला एक-एक गाय बांधली जाई. वाफेवर आलेल्या गाईला पुष्ट वळू दाखविण्याचा हा समारंभ काही खासगी राहत नसे. माझ्या वयाची बरीच पोरं विस्फारल्या डोळ्यांनी, या सगळ्या प्रकारातला तपशील सावलीला बसून तासन्‌तास बघत. त्यात कुणाला काही गैर वाटत नसे.

हाच प्रकार मग दुसऱ्या स्वरूपात डोळ्यांसमोर आला की, त्याचा अर्थ लगेच ध्यानी येई.

चार कोंबड्यांत मिळून मिसळून, पटांगणात कणदाणे टिपता टिपता तुरेवाला कोंबडा दोन्ही पंखं झाडून एकदम उंच होई. गळ्याच्या लालभडक गोळ्या हलवीत, काळ्या कोंबड्याची पाठ घेई. पळापळ सुरू होई. गोल गोल रिंगणं निघत आणि अंगात भलताच जोर आलेला कोंबडा काळ्या कोंबडीला झडपी. तिच्या टाळूवरची पिसे आपल्या चोचीत पकडून तिला आपल्या भाराखाली चेपी.

धोका जाणवताच काटे फिस्कारून सायाळ अंगावर यावी, तशी यमू माझ्या अंगावर आली.

तिनं मला बाजूला ढकललं. आपल्या एवढ्याशा हातांनी मला मारलं. नखांनी माझ्या गालावर ओरखाडे काढले. भयानक अपमान झाल्यावर होतो, असा तिचा चेहरा झाला. रडत रडत म्हणाली, ''आता मी तुझ्याशी कध्धी खेळायची नाही. तुझं माझं भांडण!''

मी गांगरून गेलो. घाबरून विचारलं, ''पण मी काय केलं?''

हुंदके देत, नाकतोंड तांबडंलाल करून यमू म्हणाली, ''आपण लुटीपुटीचे नवरा-बायको, खरे खरे नाही काही!''

म्हणजे, खेळ कुठं संपतो, खरं कुठं सुरू होतं?

यमूनं खरोखरीच माझं नाव टाकलं. बरोबरीच्या कुणब्यांच्या मुलींत ती खेळू लागली.

माझाही अपमान झाला होता.

त्यावर पुढं खपली धरली.

मुलींबरोबर खेळायची लाज वाटावी, अशा वयात आलो आणि बरोबरीच्या पोरांत रमलो. चंद्रभागेत टाकलेल्या नाण्यासारखी यमूची आठवण पार तळाशी जाऊन दिसेनाशी झाली.

सुरुवातीलाच सांगून ठेवतो, हा गंभीर गुन्हा म्हणजे अर्धा-पाऊण लाख रुपये किमतीच्या सोन्या-चांदीच्या ऐवजावर, जड-जवाहिरांवर घातलेला दरोडा होता आणि तो माझ्याकडून नकळत किंवा कुणाच्या भरीला पडून झालेला नव्हता. मी तो जाणूनबुजून केलेला होता.

फ्रेंच राज्यक्रांतीतील एक प्रमुख वक्ता गॅब्रियल मिराबो यानं वाटमारी करून पाहिली होती. कारण समाजाच्या पवित्र नियमांविरुद्ध वर्तन करण्यासाठी माणसाला केवढ्या साहसाची आवश्यकता असते, हे त्याला प्रत्यक्ष अनुभव घेऊन ठरवायचं होतं. तो म्हणतो, ''वाटमाऱ्याच्या अंगी जितकं धैर्य आवश्यक असतं, त्याच्या निम्म्यानंही ते सैन्यात आघाडीवर लढणाऱ्या शिपायाच्या अंगी असावं लागत नाही.''

खरं आहे. वाटमाऱ्याला स्वतःच्या सद्‌बुद्धीशी लढाई द्यायची असते.

माझ्या लहानशा खेड्यातच मला कळून चुकलं होतं की, समाजाच्या पवित्र नियमांविरुद्ध असं वर्तन सामान्य माणसांच्याही हातून होतं आणि ते अंतःप्रेरणेनंच होतं.

गावची शीव ओलांडून रसूल मुसलमान बाहेरच्या जगात गेला. मुंबईसारख्या अफाट शहरात जाऊन अंगच्या हुशारीनं त्यानं अंड्यांचा व्यापार सुरू केला. त्यात विशेष यश कमावलं. सालोसाल गावी येऊन आपल्या कमावलेल्या वैभवानं गावकऱ्यांना दिपवून टाकलं. भारी कपडे, दागदागिने, दोन मजली घर, बागाईत जमीन, अशा एक-एक वस्तू दाखवता दाखवता, तो जेव्हा प्रेयसी म्हणून कुणा कुणब्याची हिंदू स्त्री काढून घेऊन आला, तेव्हा मात्र त्याच्या पौरुषानं किंवा त्या स्त्रीच्या रूपानं लोक दिपले नाहीत. एखाद्या पिसाळलेल्या कुत्र्याची पाठ घेऊन,

काठ्या, धोंडे घालून त्याला गावच्या हद्दीबाहेर पिटाळून लावावं, तसं त्यांनी केलं. मुसलमानाचं घरच्या घर गावातनं उठवून लावलं. येईल त्या किमतीला घर आणि जमीनजुमला विकून टाकून ते कुटुंब परागंदा झालं. गावात त्याची नावनिशाणी राहिली नाही.

ताई तेलिणीच्या रूपवान मुलीनं आपला पहिलवान नवरा टाकला आणि पलटणीत हवालदार म्हणून हुद्दा कमावलेल्या आपल्या धाडसी याराचा हात धरून ती परगावी गेली. त्याच्याबरोबर राजरोस राहू लागली, तेव्हा नवऱ्याच्या कुणा भाऊबंदानं तिला हिकमतीनं आडरानात बोलावून तिच्या साजऱ्या नाकाचा शेंडा, काकडीच्या बुडख्यासारखा चाकूनं उडवला. तिला जन्माची बेरूप केली. बापडीच्या उभ्या आयुष्याचं पोतेरं झालं.

ती जोश्याची राधी, तो पुजाऱ्याचा जवान श्यामू, तो नाणेगावहून या गावी येऊन मोठा कुणबी झालेला माळ्याचा पोर सोपाना – सगळे असेच अंत:प्रेरणेनुसार वागल्यामुळे, गाव सोडून देशोधडीला लागले होते.

माझ्या डोळ्यांदेखतच यातलं काही घडलं होतं आणि त्याचा अन्वयार्थ माझ्या मनानं लावला होता.

मी धरूनच चाललो असलो पाहिजे की, समाजाच्या पवित्र कायद्यांविरुद्ध आपल्यालाही जावं लागणार आहे.

चळवळ्या क्रांतिकारकांत भरती होण्याच्या खटपटीला लागलो, त्याआधी माझं एक धाडस फसलं होतं.

तालुक्याला हायस्कूलमध्ये असताना मी आणि माझ्या आणखी दोघा मित्रांनी विचारपूर्वक निर्णय घेतला की, आपण सैन्यात भरती व्हायचं. दुसरं महायुद्ध जोरात होतं आणि सरकारला रंगरूटांची निकड होती.

शिवाजी महाराजांचे तरवार परजणारे चित्र आणि त्या खाली, 'सैन्यात भरती व्हा' असा संदेश छापलेली मोठमोठी आकर्षक भित्तिपत्रकं जागजागी डकवलेली आम्ही पाहिली होती. लवकरच सातपाटीहून बारा-चौदा मैलांवर असलेल्या सांगोला या ब्रिटिश हद्दीच्या गावी रंगरूट-भरती सुरू झाली. अभ्यासासाठी म्हणून आम्ही तिघेही शाळेच्या इमारतीत झोपत असू. तिथूनच परभारे उठून भल्या सकाळी सांगोल्याची वाट धरायची आणि थेट भरती व्हायचं, असं आम्ही ठरवून टाकलं.

दोन दिवस राहिले आणि अंतू इनामदार गळाठला. त्याचं धैर्य गळालं. त्यानं स्वच्छ सांगून टाकलं, ''गड्यांनो, मी काही तुमच्याबरोबर येणार नाही. मी मिलटरीत गेलो या बातमीनं आधीच दमेकरी असलेली माझी आई पटदिशी मरून जाईल.''

अखेर आम्ही दोघंच राहिलो. मी आणि आबाराव मास्तरांचा नानू. जवळची रेनमार्टिन ग्रामर, आठवल्यांचा हिरव्या पुठ्ठ्याचा अलजिब्रा असली पुस्तकं आम्ही येईल त्या किमतीला विकून टाकली. चार रुपये जवळ ठेवले आणि एका भल्या सकाळी शुक्राचा तारा उगवताच शाळेतून उठून चालू लागलो. डोक्याला टोपी, अंगात थंडीचा बंदोबस्त म्हणून एकावर एक चढवलेले दोन शर्ट, खाकी चड्ड्या, अंगाभोवती चादरीची भाळ मारलेली, पाय अनवाणी.

टिंगलटवाळीचं बोलत, रानात सापडेल ते खात, मेंढक्या-गुराख्यांना वाटा पुसत सांगोल्याला पोहचलो. रंगरूट-भरती कुठं आणि केव्हा सुरू होते, याची चौकशी केली. मधला वेळ बाजारपेठ, रेल्वे-स्टेशन यावरून चक्कर मारून घालवला.

मामलेदार कचेरीला लागून दोन राहुट्या दिलेल्या होत्या. एकीच्या दारात समोर टेबल-खुर्ची घेऊन मिश्यावाले साहेब बसले होते. त्यांच्या दिमतीला दोघे-तिघे जवान होते. शेजारपाजारच्या खेड्यांतून, वाड्या-वस्तींवरून भरती होण्यासाठी आलेली लोकं धोतराचे खोचे घालून, अंगातलं अंगरखं आणि डोईचा पटका काढून, काखेला मारून ओळीनं रांगेत बसलेली दिसली. उभा जवान एका-एकाला पुढं बोलवायचा. छातीचं माप, उंची, वजन घ्यायचा. नाव-गाव विचारायचा. साहेबांना सांगायचा. साहेब टिपून घ्यायचे. तो माणूस मग पलीकडं जाऊन दुसऱ्या ओळीत बसायचा. नाही तर कपडे घालून चालायला लागायचा.

नानू मला हळूच म्हणाला, "आयला, तो साहेबाच्या मागं उभा आहे, त्याला कुठंतरी बघितल्यासारखं वाटतंय रे!"

मी म्हणालो, "माणसासारखी माणसं रग्गड दिसतात. देवानं तरी दरवेळी वेगळा छाप कुठनं आणावा?"

बराच वेळ दोन पायांवर बसून होतो. अवघडलो, मग बुडं खाली धुळीत टेकवली. काम बारीकपणानं चाललं होतं. फासळ्या दिसणारी, बारीक कमरेची बहुतेक पोरं नापासच होत होती.

नानू म्हणाला, "राजा, फुटाफूट नाय हां. तू माझ्या मागं बस बघू."

"का रे?"

"तू लेका पास पडशील आणि मी छातीत आणि वजनात मार खाईन. तू एकदा पास झालास, म्हणजे मी नापास झालो, तरी तुला सोडायचे नाहीत. तुला एकट्यालाच जावं लागंल. मी पहिला बसतो. नापास झालो, तर तू आपला साहेबाच्या पुढं उभाच राहू नकोस. नीट घराकडं सुटू."

असं आमचं बारीक आवाजात बोलणं झालं. नानू माझ्या मागं होता, तो बसल्या

बसल्याच पुढं सरकला आणि मी त्याच्या जागी गेलो. एवढ्यात साहेबामागं उभे होते, ते कोणी अंमलदार बूट वाजवीत आले. हातानं खूण करूनच त्यांनी आम्हा दोघांना मागं यायला सांगितलं. मुकाट्यानं उठून गेलो. समोरच कसलीशी सरकारी इमारत होती. तिच्या पाठभिंतीशी गेल्यावर साहेब थांबले. त्यांनी नानूला निरखून बघितलं आणि डोळे बारीक करून विचारलं, "तू आबा मास्तरांचा मुलगा का रे सातपाटीच्या?"

"हो. आणि हा राजा, माझा दोस्त."

त्यासरशी साहेबांनी नानूच्या एक सणकून थोबाडीत मारली. त्यांना अतिव राग आलेला दिसला.

"विचारून आलाय का घरी, भरती होतो म्हणून?"

आम्ही दोघंही या प्रश्नावर गप्पच राहिलो.

म्हणाले, "भडव्यांनो, आईबापांनी जिवाचं रान करून तुम्हाला वाढवलं, ते गोळ्या खाऊन कुत्र्यासारखं मरायला होय? अरे, चांगल्या घरची मुलं तुम्ही. विद्या शिका, काही कर्तबगारी करून नाव कमवा, पैसे कमवा, आईबापांचं पांग फेडा. हितं कशाला रे आला मरायला? जाता घरी, का थोबाडू पुन्हा!"

या अनपेक्षित प्रकारानं आम्ही सर्दच झालो होतो.

मुकाट्यानं शर्ट अंगावर चढवले, टोप्या घातल्या, चादरीच्या घड्या काखेला मारल्या आणि चालायला लागलो. साहेब पुन्हा सैनिकासारखे 'दहिने-बायें' करत राहुटीकडं गेले आणि रंगरूट-भरती साहेबांच्या मागं उभे राहिले.

फार अपमानित होऊन आम्ही पुन्हा घराची वाट धरली. देशानं दोन बहाद्दर जवान गमावले.

मी चळवळीत जाण्यासाठी धडपडत असताना, सातपाटीला ओढ्याकाठी असलेल्या एका जुन्या मोठ्या वाड्यात खादी भांडाराच्या आश्रयाला आलेले सात भूमिगत क्रांतिवीर भेटले. त्या पुराण्या दोनचौकी वाड्यात, दर्शनी भागात एवढंसं खादी भांडार होतं. आणि पार आतल्या अंधाऱ्या खोलीत, सावली गाठून सिंह पसरावेत, तसे ते पसरले होते. त्यांच्या नजरा मला अंधारात टाकलेल्या बॅटरीच्या झोतासारख्या शोधक वाटल्या. सातहीजण गंभीर चेहऱ्याचे होते. त्यांचे कान सावध आणि डोळे शोधक होते. मीही सर्वांना नीट बघून घेतलं. तिघा जणांच्या कानांचे मुटके झालेले होते. त्यांच्या शरीराचं दुघडपणच सांगत होतं की, हे चांगले तयारीचे कुस्तीगीर आहेत.

एक गोरागोमटा आणि घाऱ्या डोळ्यांचा होता, एक चिनी कापडविक्यासारखा होता. एक वडार किंवा बेलदारासारखा होता आणि एकाचा चेहरा – विशेषत: नाक

अशा आकाराचे होते की मनात आणले, तर तो कुणाचाही भोसकून जीव घेईल, असे वाटत होते.

मला कोणीच काही विचारेना.

मग मीच माझा मनोदय बोलून दाखवला.

"मला तुमच्यात घ्याल का?"

गळ्यात काळा गंडा आणि अंगात नुसतंच आखूड दंडकं घातलेल्या एकानं विचारलं, "काय येतं तुला?"

मी म्हणालो, "उत्तम असं काहीच नाही. बऱ्याच गोष्टी थोड्या थोड्या येतात. मी गोष्टी चांगल्या सांगतो. बंदुकीनं नेम चांगला मारतो. मारलेला ससा सोलून नीट साफ करतो. बरंचसं रक्त भळाभळा वाहताना बघूनही मला भोवळ वगैरे येत नाही. मला कशामुळंच अजून तरी भोवळ आलेली नाही. मी पुष्कळ वेळ चालू शकतो, अंधारातसुद्धा! मी पोहतो, झाडावर चढतो. अनवाणी पायात काटा मोडला, तर तो दुसऱ्या काट्यानं कसा काढावा, हे मला माहीत आहे आणि रानात जेवण मिळालं नाही, तरी मी उपाशी राहणार नाही. अशा वेळी भूक कशी भागवावी, हे मला ठाऊक आहे."

घाऱ्या डोळ्यांचा म्हणाला, "तुझं वय लहान आहे."

"सोळा. पण ते काही आपल्या हातातलं नसतं."

"घरी कोण कोण आहे?"

"सगळे आहेत. भाऊ, बहिणी, दोन काका, आई, वडील."

"घरचं कसं आहे?"

"चांगलं नाही."

"सांगू तशी बुलेटिन लिहिशील का?"

"हो. माझं अक्षर चांगलं आहे. मी पुष्कळ वाचतो. मला लिहिताही येतं. शाळेतल्या मासिकाचा मी संपादक आहे आणि चित्रकारसुद्धा!"

"तुला चळवळीतलं कोणतं काम आवडेल?"

"शौर्याचं!"

"म्हणजे –?"

"मला मोठ्या गुन्ह्यात भाग घ्यायचा आहे."

विचारणारा ओठ रुंदावून हसला.

"घरी मार खायची सवय आहे का?"

"आहे."

"कसला मार?"

"ठोशांचा, निर्गुडीच्या ओल्या फोका, रूळ, गुडघा, कोपर वगैरेंचा."

''रडायला येतं का?''

''मारानं नाही.''

''अपमानानं?''

''माहीत नाही.''

''अलीकडं असा कधी रडला होतास?''

''सर्वांत धाकटा, दोन वर्षांचा भाऊ वारला, तेव्हा –''

''कशानं?''

''नक्की कळलं नाही. पोटात कसला तरी वाईट आजार झाला.''

''आजी आहे का?''

''वारली. चार वर्षांपूर्वी.''

''कशानं?''

''स्टेशनवर रूळ ओलांडताना अडखळून पडली. हाड मोडलं. चालता येईना. भाद्रपद महिन्यात तिला अतिसार झाला. मग त्यातच वारली.''

''तेव्हा रडलास?''

''असेन. आठवत नाही.''

''घर, घरातली माणसं सोडून एकटा कधी राहिलास का?''

''हो. अकराव्या वर्षी. स्वयंपाक हातानं करून जेवत होतो.''

''का?''

''मला चित्रकला शिकायची होती. मधेच वडिलांची नोकरी गेली. ते गावी गेले आमच्या. मी होतो, तिथंच एकटा राहिलो.''

प्रश्न सातांपैकी तिघांनी विचारले. इतरांनी माझं बोलणं लक्षपूर्वक ऐकलं. तिघांपैकी एकानं जास्ती प्रश्न विचारले. मला उगीचच वाटलं, तो कामगार-पुढारी असावा. पण त्याचं नाक गुन्हेगारासारखं होतं. रंगही तसाच.

अखेर तोच म्हणाला, ''जा, घरी सांग आणि उद्या ये. उद्या रात्री आपण इथनं निघू.''

मी आनंदानं घरी गेलो. वडील भावानं दिलेलं एक छान पेन माझ्यापाशी होतं. एक सुरेख चाकू होता. बॅटरी होती. या सगळ्या आवडत्या वस्तू मी लहान भावाला बक्षीस देऊन टाकल्या.

'चळवळीत जातो. चार मुलांपैकी एक देशाला दिला, असं समजा. काळजी करू नका. आईला सांगा.' अशी चार ओळींची चिठ्ठी लिहून, ती आबांच्या चाळिशीच्या डबीत ठेवली आणि रोज पहाटे उठून तालमीत जोरबैठका काढायला जायचो, तसा बाहेर पडलो.

एकूण दोन वर्षं पाच महिने मी बाहेर होतो. दरम्यान, शेवटी शेवटी, जनसामान्यांच्या श्रद्धास्थानांवर डाका घालून बरंच सोनंनाणं, जडजवाहीर आणलं आणि भगवती स्वतंत्रतेच्या पायांवर वाहिलं.

नंतर पोलिसांपासून सावध राहिलो. पण कितीही सावध राहिलं, तरी लांडग्यांना मेंढरांचा वास येतो, तसा पोलिसांना गुन्हेगाराचा येतो. माझ्याबरोबर होते, त्यापैकी सतराजण अचानक दोन-अडीच दिवसांत पकडले गेले. एक ग्वाल्हेरला, एक मद्रासला, एक नागपूरला, एक पुण्याला... कोण कुठे, कोण कुठे. माझे सहकारी सगळ्या भारतात पसरून सावधगिरीनं राहिले होते, तरी कोळी गोल जाळं फेकतो आणि प्रवाहातले ओंझभर मासे एकदम पकडतो, तसा प्रकार झाला.

हितोपदेशात सांगितलेल्या तीन माशांच्या बोधकथेतील 'प्रत्युत्पन्नमति' नावाच्या माशाप्रमाणे मी मात्र पळालो.

दडणार कुठं? कुत्र्यांनी ताणलेला ससासुद्धा गोल पळून येऊन, पुन्हा आपल्या बिळातच शिरतो. थेट कऱ्हाड-विटं-खानापूर-रेणावी करत करत मी अखेर आपल्या गावी येऊन पोहचलो.

दिवेलागणीची वेळ होती. पुढच्या सोप्यात कंदील लागलेला होता. भुईवर अंथरलेल्या दुहेरी घोंगड्यावर, पाठीला तक्क्या घेऊन वडील भिंतीला टेकून बसले होते. नुकतेच देवळाकडं जाऊन आले असावेत. अजून कोट, रुमाल अंगावरच होता. दोन्ही गुडघे उभे. दोन्ही हातांनी बोटं एकमेकांत गुंतवून डोक्यावर घेतलेली. डोळे मिटून हलक्या आवाजात रामदास म्हणणं चालू होतं :

'भजनरहित रामा सर्वही जन्म गेला।
स्वजन-जन-हिताचा व्यर्थ मी स्वार्थ केला।।
रघुपती मति माझी आपुलीशी करावी।
सकळ त्यजुनी भावे कास तुझी धरावी।।'

मी दरवाजातून आत गेलो.

पायऱ्या चढून वर जाताना माझ्या पायांचा आवाज झाला, तेव्हा त्यांचं म्हणणं गप्प झालं. नमस्कार केला. तेव्हा त्यांनी काही वेळ माझ्या तोंडाकडं निरखून पाहिलं. भराभरा खाली उतरून, उघडा दरवाजा लावून परत आले.

मला घरात कोणी बघू नये, म्हणून ही खबरदारी असावी.

मग तोंडातून माझं नाव आलं – "रा जा!"

पायापासून कपाळापर्यंत दृष्टी फिरवली. मग मानेपासनं पाठीच्या मध्यापर्यंत हात फिरला. तो आता जीर्ण वाटला. खाली बसले आणि माजघराच्या चौकटीकडं तोंड करून म्हणाले, "अगं, हा आलाय बरं का –"

आतून आधी स्वर बाहेर आला, "कोण ते?"

मग आबांना नमस्कार करताना खाली ठेवलेली पिशवी उचलून घेऊन मीच आत नाना वासांनी भरलेल्या उबदार माजघरात गेलो. आईनंही तसंच भिरभिरी माझ्याकडं पाहिलं. आंधळ्यानं चापचावं, तसं चाचपलं. मग पोटाशी धरून विचारलं, "आता पुन्हा जाणार?"

मी म्हणालो, "नाही."

"अरे, चौघे चारी दिशांना उडाला, तर इथं या आडबाजूच्या गावी आमच्यापाशी कोण? अंथरुणावर पडलो उद्या, तर पाणी द्यायला तरी पायजे कोणी?"

मधे अगदी स्तब्ध अशी काही मिनिटं गेली.

"केलीस तेवढी देशसेवा पुरे. आता इथं राहा. शेतीभातीकडं बघ."

"बरं...."

उभ्या उभ्याच बोलणं चाललं होतं.

आईनं डोळ्याला पदर लावला. काढला. दोन जलद श्वास आत ओढले. आपल्याशीच बोलल्यासारखी ती बोलायला लागली, "थोरला – तो तिकडं आपल्या नव्या संसारात गुंतलेला. हा दुसरा – कसाबसा सातवी शिकलेला. मास्तर म्हणून लागलाही, तर आता म्हणतो, 'आणखी परीक्षा द्यायची. ट्रेनिंगला जाणार.' म्हणाले, 'बाबा, माझं – स्वत:चं असं आईवडिलांनी दिलेलं घर आहे. ते विक आणि कर सगळं शिक्षण पुरं.' म्हणजे तोही आता पुण्या-मुंबईला, नाही तर सांगली-साताऱ्याला जाणार, दोन का तीन वर्षं. खालचा काय, नाकळताच आहे...."

मला घरातली परिस्थिती दिसतच होती. सुस्थिती कधीच नव्हती. वडील पेन्शन घेऊन घरी बसल्यावर ती जास्तीच कठीण झालेली होती. मी या परिस्थितीकडं पाठ फिरवावी, म्हणून तर बाहेर पडलो नव्हतो?

काय करून परत आलो आहे, कशात सापडलो आहे, त्याचे संभाव्य परिणाम काय, याविषयी मी काहीही बोललो नाही. आज ना उद्या पोलीस माग काढणार आणि मी धरला जाणार, याविषयी मला काही संशय नव्हता. पण जेव्हा घडेल, तेव्हा घडू दे. आजच त्याची जाणीव देऊन यांची झोप कशाला उडवू?

मी बऱ्याच काळानं पुन्हा गावात आलो होतो. बालपणचे मित्र आता दुरावले होते. पेणसल-पाटी टाकून त्यांनी हातात रुमणं धरलं होतं. प्रपंचाचं लिगाड त्यांच्या

मागं लागलं होतं. लखू रामोशी आता केवढा तरी मोठा बाप्या दिसू लागला होता. आपल्याच भाऊबंदांपैकी जाणत्या, जवान पोरांच्या गटात शिरून विहिरी खांदण्याची कंत्राटं घेत होता. भल्या सकाळी पहारी, कुदळी, टिकाव, फावडी, पाट्या असली हत्यारं खांद्याडोईवर वागवीत ही टोळी कामावर जाई आणि दिवस मावळता मावळता थकून-भागून परत येई. रोजची मिरची-भाकरी मिळवता मिळवता, तीन पोरांचा बाप आणि दोन बायकांचा दादला झालेला लखू बेजार होत होता. माझ्या संगतीनं रानंमाळ धुंडायला, नेपतीत लागलेली मधाची पोळी आणि तालीत शिरलेली घोरपड काढायला, तो आता मोकळा पोर थोडाच राहिला होता?

कोणी शेरडांमागं, कोणी मेंढरांमागं, कोणी गुरांमागं, कोणी दिवसभर आपल्या रानातल्या खोपीत, तर कोणी रुपया रोजंदारीवर. सगळे प्रपंचाच्या मागे होते. यापैकी कोणी आवर्जून घरी येऊन भेटले. कोणी येता-जाता रस्त्यावरच घटकाभर बोलत उभे राहिले. 'कसं काय? बरं खुशाल? आता कितिंदी ऱ्हानार?' अशी विचारपूस करून आपल्या वाटेला लागले.

काही दिवसांतच माझ्या ध्यानात येऊन चुकलं की, यांच्या-माझ्यात आता अंतर पडलं आहे. बालपणीचा तो झरा आता आटला आहे. मैत्रीसुद्धा रोपासारखी जोपासली तर वाढते, नाही तर सुकून जाते.

दरम्यान, आबांनी कुठं गुराच्या बाजाराला जाऊन एक खिलारी जातीची कालवड आणली. मला म्हणाले, "राजा, मला काही आता या कालवडीमागं रानोमाळ हिंडणं व्हायचं नाही. तूच तिला सांभाळ. चांगली जोपासलीस, तरी हजार-बाराशेचा खोंड मिळंल. शिवाय थोडंफार दूधदुभतं होईल. आणि ब्राह्मणाच्या दारात गाय असावी."

मला नवा उद्योग मिळाला. ध्यान देऊन मी गोधन पोसू लागलो.

सकाळी शिळ्या भाकर-चटणीची न्याहारी करून, हरिणीला घेऊन रानात जावं. चांगली दुपार होईपर्यंत तिला बांधाबांधानं चरू द्यावं. मग घरी परत येऊन तिला दावणीला बांधून पुढं गवतपेंडी. आपण अंघोळ, जेवण उरकून तिसऱ्या प्रहरापर्यंत झोप काढावी आणि पुन्हा गाईमागं रानामाळात जावं. दिवस मावळता मावळता परत यावं आणि पोटपाणी करून गडद झोपून जावं, असा दिनक्रम सुरू झाला.

एक दिवस उगवला अन् मावळला की वाटे, 'चला, अजून पकडलो गेलो नाही.'

प्रत्यक्ष पाहिलं, अनुभवलं नसलं, तरी गुन्हा करून पोलिसांच्या तडाख्यात सापडल्यावर काय होतं, याच्या हकिकती ऐकल्या होत्या. कबुली घेण्यासाठी पोलीस कसे फोकलून काढतात, नाजूक भागावर बुटांच्या लाथा कशा हाणतात, पंजा जमिनीवर ठेवायला सांगून, त्यावर दोन्ही बुटांचे पाय रोवून कसे उभे राहतात, पायाच्या अंगठ्याच्या नखाखाली टाचण्या कशा टोचतात, उपाशी कसे ठेवतात, झोप कशी घेऊ देत नाहीत, वरचेवर नवेनवे अधिकारी येऊन प्रश्नांची सरबत्ती करत रात्रभर कसे जागवतात, लाल चटणीचा वापर कसा करतात, आपल्याला उताणे झोपवून पायाच्या तळव्यांवर दणके कसे मारतात, हे सगळं ऐकलं होतं आणि कल्पनेनं चित्रं रंगवली होती. काही वाचून समजलं होतं. मनावर कोरलं गेलं होतं.

'काळे पाणी' वाचली होती.

टिनपाटात रेच साठवून वॉर्डरच्या तोंडावर फेकणारा तो भयंकर रफीउद्दिन. नाणी ठेवण्यासाठी गालाच्या खोबणीत पिशवी असलेला.

'माझी जन्मठेप.'

'चलो भाई! आया, चलान आया!'

तो कोलू, तो काथ्याकूट.

उघड्या पाठीवर सपासप ओढलेले वेत. मांसात रुतणारे.

कधीमधी रात्री अंथरुणावर पडल्यावर ही चित्रं नजरेसमोर येत. झोप उडे.

मग मुठी आवळून मनोमनी निश्चय उच्चारावा : 'मी मार खाऊन मरेन, पण तोंडातून शब्द काढणार नाही.'

आभाळ निळंभोर, झुळझुळीत हिरव्या रानात चरणारी पांढरीशुभ्र हरिणी. तिच्या मागं तुरुतुरु धावणारे गायबगळे. माना काढून एका पायावर उभे राहणारे. हरिणीच्या गळ्यातल्या घंटेचा किणकिणाट.

समोर बाभळीवर घुमणारा तांबडा होला.

काळ्या रानात आरामशीर बसून नागरमोथ्याचे सुगंधी कोंब उपटत होतो. डाव्या हातात जुडी जमवत होतो. एवढ्यात बांधावरून तोल सावरत यमू येताना दिसली.

परकर-पोलक्यातून ती केव्हाच नऊवारी साडीत आली होती. मागूनपुढून गच्च भरली होती. तिच्या डोक्यावर कसली तरी जड पिशवी होती. एक हात पिशवीला देऊन, दुसऱ्या हातानं वरचेवर पदर सावरीत बांधावरून येणारी यमू, झऱ्याकडून डोईवर घागर घेऊन मनगट हलवीत येणाऱ्या कृषिकन्येसारखी दिसली.

मागं आडवं-उभं निळं आकाश, बाजूला हिरवी-पिवळी शेतं, हरळीनं हिरवाकंच झालेला बांध आणि नागरमोथ्याचा, काळ्या मातीचा माझ्याभोवती दरवळणारा ओला सुगंध.

सन्मुख होऊन ती कंबर काढून उभी राहिली आणि चंद्रज्योत उजळावी, तशी हसली.

ती मला बघून चकित झाली नाही. म्हणजे मी आल्याची बातमी तिला कळली असली पाहिजे. कळणारच! बारा-पंधराशे वस्तीच्या एवढ्याशा खेड्यात काय कळायचं राहतं? जाता-येता तिनं लांबून मला बघितलंही असेल काही वेळा.

उभ्यानंच संवाद झाला.

"सुट्टीत आलास का?"

"नाही. असाच."

"संपलं चित्रकला शिकणं?"

“नाही. मधेच सोडलं.”

“का?”

“असंच... ओझं कशाचं आणलंस डोक्यावरनं?”

“निंबोळ्याच्या बिया.”

“त्या गं कशाला?”

“विकायला.”

मग बांध उतरून, माझ्यासमोर काळ्या मातीत येऊन ती उभी राहिली. ते ओझं दोन्ही हातांनी उतरवून जमिनीवर टाकलं. साडी आवरून गवतात बसली. साडी आवरून झाकपाक चाललीच होती.

मग माझ्या लक्षात आलं की, हिच्या अंगावर भरड खादीची पांढरी साडी आहे. हिरव्या दोन बोट रुंद किनारीची. पोलकंही खादीचंच आहे.

“खादी वापरतीस?”

ओठ न उघडता, केवळ जिवणी रुंदावून गालभर हसण्याची यमूची लकब अजून तीच होती.

तिचे डोळे मात्र आता अधिक गहिरे, बोलके झाले होते.

म्हणाली, “व्रत म्हणून नाही. स्वस्त पडते म्हणून....”

“वा, उलट खादीच्या साड्या श्रीमंत बायकांनाच परवडतात. भट्टीला दिली नाही, तर ही साडी म्हणजे फासेपारधी किंवा लमाणींच्या अंगांवर शोभायची.”

“अरे, ओढ्याला पाणी आहे. मी खंबीर आहे रोज धुवायला आणि आम्ही साड्या विकत घेतच नाही. मी, माई सूत काढतो चरख्यावर वर्षभर. केंद्रावर पायीपायी जाऊन सूत घालतो आणि त्या बदली वर्षभर लागणाऱ्या साड्या, पोलक्यांचं कापड आणतो.”

“या बियासुद्धा केंद्रासाठीच का?”

“हो. साबणासाठी उपयोग करतात त्यांचा. पोतंभर जमल्या की, घेतात. बाजाराला गाड्या जातातच, कुणाच्या तरी गाडीत टाकून पोतं न्यायचं.”

“...आणि तुझा मधू काय करतो?”

“काही शिकला नाही पुढं. म्हैस राखतो.”

“मळा कोण बघतं?”

“कुळाला लावलाय बटईनं.”

मग काही वेळ दोघंही गप्प. ती गवताच्या काड्या उपटत राहिली, मी ओल्या मातीचे मुटके वळले.

एकदा वाटलं, विचारावं हळूच, “आठवतं का शेवटचं भांडण?” पण नाही

विचारलं. इतक्या वर्षांनंतरची पहिलीच भेट. तिच्यात हे असलंच खुशालीचं, हवापाण्याचंच बोलणं निघणार.

समोर बसून गप्प तरी किती राहायचं?

"यमू, घरी आता कोण कोण?"

"सगळे होते तेच!"

"आजी?"

"ती वारली. माणसं काय शंभरशंभर वर्षं जगताय काय रे? तू होतास तेव्हाच किती थकलेली होती!"

सुगंधी तपकिरीचा वास आणि जीर्ण, सुरकुतलेला, या जमिनीवरचे पाय सुटलेला म्हातारीचा चेहरा मला आठवला.

"कशानं वारली, गं?"

"आपल्या गावातल्या सगळ्या म्हाताऱ्या बायका वारल्या त्यानंच. वय झालं, वेड लागलं. नको ते शब्द बडबडत कोपऱ्यात बसून राहायची. अंथरुणातच विटंबना. चिंध्या चपायची. शेवटी शेवटी तर माणूस ओळखतसुद्धा नव्हती. एका आषाढात गेली झालं."

मला माहीत होतं. पोट-म्हातारी झालेली गुरं, आषाढ लागला की, गारव्यानं मरून जात. पण यमूच्या घरची ही सोवळी म्हातारी काही अन्नाअभावी गेलेली नसणार. पिकलं पान गळून पडतं, तशी गेली असणार.

एकापरीनं सुखी माणसं ही! झाडासारखी जमिनीतनं जीवनरस शोषून वाढतात. वाट्याला आलेलं आयुष्य बिनतक्रार जगतात. जीवनरस मिळेनासा झाला की, सुकून मरून जातात. पुढं उगवणाऱ्यांना खत होतं.

यमूच्या तोंडावर उदास सावली पडली.

सगळीकडं एकच रामायण – सोशिकपणानं जगत राहायचं.

बळेच सस्मित होऊन ती म्हणाली, "तू बदललास बघ अगदी."

" – आणि तू?"

"मी स्वभावाबद्दल बोलतेय."

"स्वभाव मी अजून तपासला नाही. दिसायला मात्र तू बदललीस."

या माझ्या अभिप्रायावर यमू अगदी ग्रामीण लाजली.

"जाते... तुझी गाय जोगावली नाही वाटतं अजून?"

"मी दिवस पार मावळतीला गेल्यावर घराकडं निघतो."

"करमतं इथं?"

"अखेर माती इथलीच नाही का? आणि आम्हाला काय तुमच्यासारखं लग्न करून गाव कायमचं सोडता येतं?"

यावर यमूनं नुसता हुंकार दिला.

मग म्हणाली, "लग्न काही मुंजीसारखं एकट्यानं करून घेता येत नाही. वर शोधावा लागतो. उंबरे झिजवावे लागतात. माझ्या घरात आहे कोण कळकळीचं?"

कोणी नव्हतं हे दिसतच होतं. वडील मरून मोकळे झाले होते. भाऊ लहान. शिवाय डोक्यानं कमी होता. कोणी सलगीनं विचारपूस केली की, तो म्हणूनच टाकी, 'मी बघा, असा पहिल्यापास्नं डोक्यानं कमी!' इतक्या स्वच्छ भूमिकेवर उभं राहिल्यावर त्याच्याशी संवाद सोपा असे. थोरले काका घरी होते; पण ते थकलेले. जन्मभर तलाठ्याची नोकरी करून आता बरीच वर्षं पेन्शन खात बसलेले, शिवाय त्यांचा शेती करणारा कर्ता-सवरता मुलगा मोट हाकताना माचाड ढासळून विहिरीत पडला आणि मेला. मागं राहिलेली विधवा सून आणि तान्ही नात यांच्या प्रतिपाळणाच्या ओझ्याखाली ते वाकले होते. त्यात थोरली मुलगी विधवा होऊन भावाकडेच कायमची राहायला आलेली. तिला अपत्य नाही. सासूसासऱ्यांचा भयंकर छळवाद. घरी उत्पन्नाचं साधन म्हणजे काकांची पेन्शन, थोडी बागाईत, थोडी जिराईत जमीन. ती घरी कसण्याची ऐपत नाही, ताकदही नाही. गावातल्या विश्वासू कुणब्याला लावलेली. तो प्रथम स्वतःच्या जमिनीत स्वतःचे, गुराढोरांचे कष्ट ओतणार. मग जमेल तेवढं बामणाच्या शेतीत. खरं म्हणजे बैल, म्हशी, शेरडं, गायरं यांना चारायला वर्षापुरती वैरणकाडी, सरमाड-पेंडी निघायलाच या जमिनीचा उपयोग. पाऊसकाळ झाला, काही पिकलं, चिमण्यापाखरं खाऊन उरलं, चाकरीचे गडी, बलुती-आलुती यांना देऊन उरलं, ते मणपायली धान्य जमेल तसं तो बैलगाडीनं वाटेकरी बामणाच्या घरात आणून टाकणार. ही यमूच्या घरची स्थिती. त्यात हे आडवळणी गाव. रेल्वे, मोटार असली काहीही वाहतुकीची साधनं नाहीत. प्रवास करायचा तर बैलगाडी, घोडा, नाही तर स्वतःचे पाय. इथं ना पोस्ट, ना आठवड्याचा बाजारहाट. पाऊसकाळ लहरी. गावचे बहुसंख्य रहिवासी सदैव अन्न, वस्त्र, निवारा या तीन मूलभूत गरजांच्या फिकिरीत असलेले. हा आमचा अडाणी मुलूख. ही आडवळणी दुष्काळी खेडी म्हणजे साक्षात दैन्यभूमी होती.

खादीच्या साडीला चिकटलेली काळी माती, गवत-काड्या झाडून टाकत यमू म्हणाली, "हात लावतोस का थोडा ओझ्याला?"

कडूनिंबाच्या बियांनी तोंडातोंडी ठिच्चून भरलेली ती गोणपाटाची भली घेरेदार

पिशवी मी नेटानं उचलली. थोडं वाकून यमूनं त्या ओझ्याला डोई दिली आणि पृष्ठभाग झाकणाऱ्या पदराचा शेवट वरचेवर मोकळ्या हातानं खाली ओढत ती पाठमोरी चालू लागली.

पार पलीकडं माझ्यासमोर माळाकडून गावाकडं येणारी उभी गाडीवाट होती. ती ओलांडून काळ्या-पांढऱ्या मेंढरांचा थवा अलीकडच्या मोकळ्या काळ्या रानात आला. पसरला. हरळी, कुरडू, शिप्पी असलं गवत दातलत माना खाली घालून तुरुतुरु चालू लागला. मागे बांधावर पांढरा मेंढका आणि त्याचं तांबडं मुंडासंही दिसलं. डोईवर तांबडंभडक मुंडासं आणि खांद्यावर काळीभोर घोंगडी हा वेष म्हणजे मेंढरंराख्यांचा गणवेशच. उजाड माळरानात लांबनं ओळखू यावा, म्हणून त्यानं तांबडा-काळा रंग निवडला असावा. सकाळी गावाबाहेर पडून माळरानं, काटवनं हुडकत गेलेले मेंढके आता हळूहळू गावाच्या दिशेनं सरकायला लागले होते. पलीकडं कुणाची शेरडं, आणखी पलीकडं गायरं-म्हसरंही दिसली. पोटं भरून आता सगळी घराच्या ओढीनं गावाकडं परतत होती.

आभाळातून पकुड्यांचे थवे पाण्याच्या दिशेनं चालले होते. त्यांचं ओरडणं कानावर पडत होतं. एरवी रानात चरायला यांचं झगर पडतं, तेव्हा चुकूनही कधी त्यांच्या ओरड्याचा आवाज येत नाही. उडतानाच तेवढी ही पाखरं सतत 'कुट-रों, कुट-रों', असं का ओरडत असावीत? खाण्यापिण्यासाठी एरवी दाही दिशांना पांगलेल्या आपल्या थव्यातल्या पाखरांना, 'आम्ही इकडं आहोत, या दिशेनं येऊन मिळा,' असं सांगण्यासाठी का?

मेंढरांच्या मऊ पाठीवर बसून काळे कोतवाल पक्षी फेरफटका घेत होते. हा काही नुसताच मजेसाठी नव्हता. मेंढरांच्या चालण्यामुळे, गवतातले टोळ, गवळणी, खरपुडे टणाटणा जमिनीपासून वर उडत होते आणि जमिनीवर चालण्यालायक पाय जवळ नसलेले कोतवाल, हवेत गिरकी घेऊन खरपुडा चोचीत पकडून पुन्हा मेंढरांपाठी साळसुदासारखे येऊन बसत होते.

ही पाखरं, ही जनावरं यांचं जगणं किती साधं, सोपं होतं. कशी शांत, सुखी दिसत होती.

प्लेटो म्हणतो, "माणूस म्हणजे द्विपाद पशू."

'ही मेंढरं, या म्हशी, ही शेरडं यांना आपली आर्थिक स्थिती सुधारण्यासाठी धावाधाव, भूभागाची उलथापालथ करावी लागत नाही. अंधाऱ्या रात्री टक्क जागं राहून केलेल्या पापाबद्दल ही कधी अश्रू गाळतात का? नीती, धर्म, पाप-पुण्य

याबद्दल यांना धास्ती बाळगावी लागते का? यांना कुणा श्रेष्ठापुढं नमस्कार घालावा लागतो का? चालू काळातल्या कुणापुढं? हजारो वर्षांपूर्वी होऊन गेलेल्या कुणाच्या मूर्तीपुढं?

कोतवालांनो, पकुड्यांनो, स्वातंत्र्य हे सर्वश्रेष्ठ प्राप्य मिळवण्यासाठी तुमच्या कोणत्या बरे पूर्वजांच्या पिढीने हजारोंनी बलिदाने केली?'

कोणीतरी शेतकऱ्यानं मोठ्यानं हाक दिली, ''अगं, हैकऽऽ हैक! अहो, मालक! गायरू शिरलं की आमच्या मकंत.''

कुठंतरी भरकटलो होतो, तो बसल्या जागचा उठलो आणि धावलो. हरणीला वळवून पडकात आणली. हिरव्या चाऱ्याबाबत तिला काही अपपरभाव नव्हताच, कुणाच्याही पिकात हुंबाडीनं शिरून हैकऽ हैकऽ म्हणता म्हणता ती चार ताटं ओरबाडून मगच माघार घेई.

सूर्याचा गोळा धरित्रीच्या कोरेला टेकला. पश्चिम दिशा लालेलाल झाली. तेव्हा गाईला दावं लावून मी घराच्या दिशेनं निघालो. रानं, बांध पार करून गाडीवाटेवर आलो. धूळभरल्या वाटेनं गुरंढोरं, शेरडं-मेंढरं घरच्या ओढीनं पळत होती. पिवळ्यारंजन उजेडात धूळ उडत होती.

हा गोरजमुहूर्त होता.

मनात आलेलं कसल्याही खिन्नतेचं सावट क्षणात दूर करण्याचा चमत्कार कधीकधी निसर्गदृश्य करतं.

रात्री समईच्या उजेडात बसून, चुलीपुढं स्वयंपाकात असलेल्या आईला मी म्हणालो, ''आई, आज ती ही भेटली रानात, खालच्या आळीतली यमू. बापडीनं सर्वोदय केंद्रावर घालण्यासाठी रानोमाळ हिंडून कडूनिंबाच्या बिया गोळा केल्या होत्या.''

''काही कुणाची पर्वा करत नाहीत ती मायलेकरं! हे बरं दिसंल का, ते केलं, तर लोक काय म्हणतील – काही नसतं त्यांना. अरे, कोंबड्या पाळल्यात साताठ. दर बाजाराला अंडी विकतात. तेवढेच दोन-अडीच रुपये. आणि बघ, रिकाम्या वेळात चरखा चालवतात. तो पेटीत असतो, तसला. वर्षाची बेगमी होते वस्त्रांची – विकत घ्यावी लागत नाहीत. आई तिची, एवढी ब्राह्मणकुळातली बाई, पण खुशाल रानंवनं धुंडते, जळणासाठी लाकूडफाटा गोळा करते आणि डोक्यावर मोळी वागवत घरी येते. जबर कष्ट करणारी माणसं आहेत ती. अब्रू जाईल, म्हणून घरात उपास नाहीच काढणार कधी.''

''पण आता ती पोर लग्नाला आलीय. नाही शिक्षण, नाही जवळ पैसा-अडका.

नाही कोणी बघणारं चार गाव हिंडून... कसं होणार तिचं?''

आईच्या चेहऱ्यावर चुलीतल्या जाळाचा तांबडापिवळा उजेड पडला होता.

परातीत भाकरीचं पीठ मळता मळता ती म्हणाली, ''अरे सगळं होतं. आंधळ्याची गुरं देव राखतो. बघशील तू, चांगलं नशीब काढंल ती!''

यमूचं बिया गोळा करणं, तिच्या आईचं जळण गोळा करणं जसं, तसं आमच्या आईचं हे व्यावहारिक शहाणपण – गोळा केलेलं!

मग वडील देवळाकडं जाऊन आले. हातपाय धुऊन, कपडे उतरवून आत आले. एका धोतरावर. पाट मांडून बसले. जानवं चोळू लागले.

मी मनात म्हणालो, आता बहुतेक काहीतरी विषय माझ्याविषयी निघणार. 'व्ह. फा. झाला आहेस, इंग्रजीही चार-पाच इयत्ता झाल्यात. राजा, तू आता शेजारपाजारच्या एखाद्या गावी शाळामास्तर म्हणून नोकरी बघ. निदान पोस्टमन, रनर हो. शिपायांत भरती झालास, तरी चालेल. अंगापिंडानं थोराड आहेस. त्या खात्याला पास पडशील.' वगैरे-वगैरे. आम्हा लोकांत याच नोकऱ्या वंशपरंपरेनं चालत आलेल्या होत्या. लग्नसंबंध जुळवायचे, ते पंचक्रोशीतच आणि नोकरी करायची, ती शाळेत नाही, तर पोस्टात, नाही तर पोलिसांत. फारच हुशार असला, तर तलाठी – नाही तर रोड-कारकून. गाव सोडून परदेश पत्करायचा, म्हणजे सोलापूर, पुणं. फारच हिंमत असली, तर मुंबईला गिरणीत किंवा विक्रेता म्हणून दुकानात. यापलीकडं माझ्या माहितीप्रमाणं तरी कुणाची मजल अद्याप गेलेली नव्हती.

पण हा विषय निघाला नाही. निघाला, तो अगदी अनपेक्षित असा.

वडील म्हणाले, ''या गावच्या जन्माला कधी ठाऊक नाही, अशा गोष्टी घडायला लागल्या. आज देवळापुढं कळलं... पत्रा-सरकारची माणसं गावात आलीत म्हणं.''

आईनं विचारलं, ''ती आणि कशाला?''

''काय जमीन-जुमल्याचे खटले-खोकले, सावकारीची झेंगटं बघणार आहेत. त्यांच्या हिशेबानं ज्यानं कुणी अन्याय केलाय, त्याच्या पायाला पत्रा मारणार. बैलाच्या खुरांना नाल मारतात तशा! आणि सावकारीची, जमीन-जुमल्याच्या गहाणवटीची कागदपत्रं जाळून टाकणार. होळी करणार सगळ्या कागदपत्रांची!''

यावर आईनं माझ्याकडं साभिप्राय पाहिलं.

मी म्हणालो, ''पण आपल्या गावात कोण एवढा सावकार आहे? कुणी कुणाच्या जमिनी अन्यायानं घशात घातल्याचं उदाहरण दिसत नाही. पत्री-सरकारच्या लोकांनीच आवर्जून हेच गाव निवडावं, असं आहे काय?''

''आपल्याला माहीत नसतं, पण लहानसान सावकार हरेक गावात असतात.

आपला वेशीतला हरिबा तुला माहिती आहे का?''

''तो म्हातारा? तो तर मेंढरांमागं असतो दिवसभर.''

''मेंढरं पाळून आहे, पण त्याची चांगली सावकारी आहे. कुणाला लग्नाला, विहीर पाडायला, ताली घालायला रोकड लागली, तरी मध्यरात्री हजार-बाराशे द्यायचे. त्याबदली जमिनीचं तुकडं लिहून घ्यायचं. ऋणकोकडनं दिल्या मुदतीत पैसे परत येत नाहीतच. व्याज, चक्रवाढ व्याज साचता साचता जमीन जाते.''

''हरिबा विभुत्यानं असे किती कागद केले असतील? त्याची धाव ती किती?''

''सुंद्रा माळणीनं त्याच्याकडनं पैसे काढलेत. बाज्या होलारानं काढलेत. बयाजी रामोश्यानंही ओढ्यापलीकडचं दोन एकरांचं तुकडं लिहून दिलंय म्हणे!''

''बरं, हरिबासारखे किती सावकार आहेत आपल्या गावात?''

आई मधेच म्हणाली, ''एक आंबा नासका असला, तरी सगळी आढी नासते, बाबा. कुणीतरी चुगली केलीय पत्री-सरकारकडं. त्यामुळं आलीत ही परगावची माणसं.'' मग घाबरट आवाजात तिनं मला, त्यातला माहीतगार म्हणून विचारलं, ''हरिबाला मारतील का रे चावडीपुढं बोलावून?''

आबा म्हणाले, ''छ्या! ही काय मोगलाई आहे काय? चांगला प्रतिनिधी वंशातला राजा राज्य करतोय.''

आई म्हणाली, ''माहीत आहे, घरचं खावं आणि पंतबाबाची चाकरी करावी. त्यातही कधी कुणावर गदा येईल, त्याचा नेम नाही. घटकंत सौभ्याग्यवती, तर घटकंत गंगा भागीरथी.''

हा आपला आईचा खासगी राग होता. सगळ्या संस्थानची वार्षिक मिळकत तीन लाखांची. त्यात कारकुनाला पगार असून असून किती असणार? आणि काही कारण नसताना आबांना पन्नासाव्या वर्षीच नोकरीतून मुक्त करण्यात आलं होतं. त्यामुळे संधी मिळेल, तेव्हा आई हा राग बोलून दाखवायची. तिला बरं वाटायचं.

मग म्हणाली, ''...आणि एकदा मारझोड करून, हे लोक उधळून गेल्यावर राजा काय करील, मार भरून दील?''

आबा म्हणाले, ''नुसती मारझोड काय घेऊन बसलाय? गुडघ्यातनं पाय काढल्याची उदाहरणं आहेत. बरं, असल्या दंग्यात लोक खासगी वैर साधून घेतात. कुणा-कुणावर गावात या गदा येणार आहे, हरी जाणे!''

गावात दंगा होणार या कल्पनेनं आबा घाबरून गेलेले दिसतच होते. लहानसान भांडणतंटे सोडले, तर आमचं गाव एकूण गरिबांतच जमा होतं. खून, मारामाऱ्या, जाळपोळी, दरोडे असले प्रकार नव्हतेच. एकूण गावकरी पापभीरू, बऱ्यावाईटाची चाड असलेलेच होते. गाव शांतताप्रिय होतं.

शेवटी आईच जेवणासाठी पानं माडंता मांडता म्हणाली, ''जे नशिबात असंल,

ते घडंल. भिऊन थोडंच टळतंय?''

ही हकिकत ऐकून माझ्या मनात वेगळीच चिंता निर्माण झाली. प्रतिसरकारच्या कार्यकर्त्यांनी उत्साहाच्या भरात गावात सभा घेतली, जाहीर चौकशी केली, मारझोड केली, कागदपत्रांची होळी पेटवली, तर हा गोंधळ पोलिसांपर्यंत जाणारच. चौकशी होणार. गावाची नाकेबंदी, घरोघरी झडत्या, संशयितांना मारझोड, अटक असं सत्र एकवार सुरू झालं की, माझं इथलं राहणं उघड होईल. कितीही म्हटलं तरी तसा मी इथं भूमिगतच होतो. दडून राहात होतो. माझ्यावर वॉरंट आहे की नाही, याची मला शंभर टक्के खात्री नव्हती; पण ज्या अर्थी कोल्हापूरला धरणं आलं होतं, त्या अर्थी कुठंतरी या गुन्ह्यात माझं नाव गोवलं गेलं असणारच. असा सहजासहजी सापडलो, तर कमीत कमी पाच ते सात वर्षांचा सश्रम कारावास हा ठरलेलाच. शिवाय मारठोक वेगळी.

प्रतिसरकारचे लोक म्हणजे सातारा जिल्ह्यातल्या ग्रुपपैकीच कोणी असणार. यापैकी महत्त्वाचे असे काही कार्यकर्ते माझ्या परिचयाचेही होते. असा एक विचार मनात आला की, कोण कोण आहे, याचा पत्ता आपणच लावावा आणि बांधता आलं, तर संधान बांधून या ग्रुपमध्ये सामील व्हावं. म्हणजे एक तर संरक्षण मिळेल आणि पुढचा कार्यक्रमही हाती घेता येईल. काही योजना पुढाकार घेऊन पार पाडता येतील. माझ्या ग्रुपपैकी सगळी प्रमुख मंडळी पकडली गेली होतीच. संघटनेची वाताहत झालीच असावी. आता माझ्यापुढं दुसरा काही पर्याय नव्हता.

दोन-चार दिवस गाव धास्तावलेलंच राहिलं. ती धास्ती एकूण वातावरणातच जाणवत होती.

काही वर्षांपूर्वी, संगेवाडीकडचा कोणी फरारी असाच काही काळ या गावात दडला होता. प्रत्यक्ष तो फार थोड्या लोकांनी पाहिला होता; पण गाव सारखा कुजबुजत राहिला. अंगात लाल रंगाची कोपरी आणि तिच्यावर मलमलीचा अंगरखा. कमरेला चांदीचा गोफ – तोही, तलम धोतरावर, एकाबाजूला थोडा ओघळलेला, असा मलमली अंगरख्याखाली दिसे. डोईला झोकदार फेटा. ओठावर भरघोस मिशा. शरीर मेहनत करून चांगलं कमावलेलं. असा तो ऐटबाज पुरुष होता. जमिनीच्या भांडणात त्यानं एका मोठ्या सावकाराला तलवारीनं तोडला होता. ही मखमली म्यान असलेली तलवार आता फरारी असताना तो सदोदित जवळ बाळगीत असे. क्षणभरही तिला कुठं विसंबत नसे. त्याचा वावर गावात नव्हता. लांडगा हिंडावा, तसा तो एकटाच गावाभोवतालच्या पिकांतून हिंडे. दिवसातून फक्त एक वेळ रानातल्याच कोणत्या तरी वस्तीवर जाऊन गप्पकन उभा राहात असे. पुरुष असला, तर रामराम घालून; कोणी ताई-माई, पोरं वस्तीवर असली, तर हात जोडून तो त्यांच्याकडं जेवायला मागे. भरपेट जेवी आणि जाताना, खिशात हात घालून मुठीत येतील तेवढे रुपये जेवायला घालणाऱ्याला देऊन लगोलग तो चार भिंतींच्या बाहेर पडे. तलवार उशाला घेऊन उभ्या पिकांत, झाडाखाली झोपे. त्यानं गावात कधी कुणाला त्रास दिला नाही. पण गावच धास्तीत राहिलं होतं.

एकटीदुकटी बाई रानात जाईनाशीच झाली. लांबच्या, एकाकी रानातली जोंधळ्याची पिकं काढायची लोकांनी चालढकल केली. बाबा माटे या शेजारच्या गावच्या सावकारानं सरकारकडं बंदुकीचं लायसन मिळवलं. कारण देताना त्यानं लिहिलं होतं म्हणे, 'या भागात कोणी फरारी सुटला आहे, अशी दाट वदंता आहे. माझ्या जिवास

धोका आहे. स्वसंरक्षणासाठी मला डबलबारी बंदुकीचे लायसन मिळावे, ही हुजुरांस हात जोडून चरणी नम्र प्रार्थना.'

लिंगायत धर्माच्या माट्यांना लायसन मिळालं, पण त्याचा उपयोग करून आणलेली बंदूक त्यांनी कधी हातातही धरली नाही. आमच्या गावी तोड्याची बंदूक असलेल्या रखवालदार रामोश्यानं कधीमधी ती हरणाच्या शिकारीसाठी मागून आणून वापरली. मी नेम मारायला शिकलो, तो याच हत्यारावर!

गावासभोवार ज्वारीचं पीक उभं होतं. ती दडण असेपर्यंत हा फरारी राहिला आणि ज्वारीची पिकं पिवळी पडली, निघू लागली, तेव्हा निघूनही गेला. सुगीत भोरड्या, पाखरे कुठून येतात आणि सुगी संपताच कुठं निघून जातात, हे जसं कळत नाही, तसंच झालं. फरारी गेला आणि ऊन पडल्यावर धुकं नाहीसं व्हावं, तशी गावची धास्ती नाहीशी झाली.

आता गावात आले, आले म्हणून बोलवा होती, ते पत्री-सरकारचे लोकही कुणी प्रत्यक्ष बघितले नव्हतेच. त्यांचा मुक्काम, गावाच्या सभोवार रानमाळांतून ज्या एकट्या-दुकट्या वस्त्या होत्या, त्यात कुठेतरी आहे अशी बातमी होती. कधीमधी रात्र पडल्यावर ते गावात येत. काळोखातून, चांदण्यांतून जाता-येता ही माणसं कुणाकुणाच्या नजरेला पडली. 'सगळे पहिलवान गडी आहेत. एकूण मोजले, तेव्हा पाच भरले आणि पाचीही भीमावाणी बलदंड दिसले. एकाच्या गळ्यात काडतुसांची माळच्या माळ, कमरंला कातड्याच्या गवसणीत पिस्तूल होतं. दोघांच्या पाठीला डब्बलबारी बंदुका दिसल्या.' अशा बातम्या रामोश्याच्या चक्षू पोरांनी माझ्यापर्यंत पोहचवल्या.

एके दिवशी गाय घेऊन दूर गेल्यावर मला परत यायला अंधार झाला. ओढ्याकाठच्या पायवाटेनं गाय पुढं आणि मी मागं येत असताना, भसकन निर्गुडीच्या झुडपातून कोणी गडी पुढं आला आणि मला आडवा होऊन बोलला, "रामराम."

अंधारात मी चेहरा ओळखला नाही. आवाजही तसा परिचित वाटला नाही. गाईचा कासरा ओढून मी उभा राहिलो.

"मी ओळखलं नाही."

"मी धायगुड्याच्या वस्तीवरचा. तशी तुमची माजी वळख झाल्याली नाही. चलता का घटकाभर वस्तीवर?"

मला थोडा अंदाज आला. गावाबाहेरच्या या वस्तीवर बहुधा पत्री-सरकारची माणसं मुक्कामाला असावीत.

मी विचारलं, "का हो, काय विशेष आज?"

"ते फील्ड मार्शल म्हणतात, 'तुमची भेट होईल, तर बरं. गावाची काही माहिती मिळंल.' "

"फील्ड मार्शल?"

"हां, कार्यकर्ते-साताऱ्याकडचे... वळखतात म्हणे तुमाला."

"माझ्यापाशी गाय आहे. ती घरी नेऊन आधी बांधली पाहिजे. परस्पर कसा येऊ?"

"वस्तीवर बांधतो की मी घटकाभर. वैरण टाकतो. वल्ली. भेट घ्या आन् मग जा."

आधीच मला नेहमीपेक्षा उशीर झाला होता. आणखी उशीर केला, तर कंदील घेऊन आबा शोधायला निघतील, ही धास्ती होती. क्षणभर विचार करून मी म्हणालो, "घराकडं निरोप द्यायला कुणी माणूस मिळंल का? आमच्या घरी सांगायचं फक्त – धायगुड्याच्या वस्तीवर थांबलेत, तासाभरात येतील."

"पोरगं पाठवतो की... मग गाईलाबी त्यो न्हील."

"चालंल."

त्या गड्यानं 'इट्टल, ये इट्टल' म्हणून हलक्या सुरात हाका मारल्या. अंधारातनं एक पोरगा पुढं आला.

"हे बघ, गावात, आपल्या आबा बामणाच्या वाड्याला ही गाय घिऊन जा. म्हनावं, वस्तीवर थांबलेत सहज बोलत. आत्ता येतील. आं?"

पोरगा असल्या कामात तयार असावा. गुपचूप पुढं होऊन त्यानं माझ्या हातातला कासरा घेतला आणि बघता बघता तो अंधारात दिसेनासा झाला.

भिजलेल्या खपलीच्या पिकाचा सुगंध घेत, बांधाबांधावरनं मी त्या गड्याच्या पाठोपाठ वस्तीपर्यंत आलो. गोठा आला, ते शेणाघाणीच्या वासावरनं समजलं. कुत्रं भुंकलं. त्याला दबक्या आवाजात गड्यानं आवरलं, "टेगर, गप!"

समोरच्या चौकटीतून मी गड्याच्या मागोमाग वाकून आत शिरलो. काडानं शाकारलेलं छप्परच होतं. आत बसायला घोंगडं अंथरलं होतं. काच काळी झालेला कंदील ठेवलेला होता.

गडी म्हणाला, 'बसा.' आणि तो दुसऱ्या अंधाऱ्या चौकटीतून कुठंतरी आत गेला.

उभ्याउभ्याच मी वर-खाली बघून घेतलं. बाजूला पालथ्या घातलेल्या मोठ्या डालग्याखाली शेळीची करडं डाललेली असावीत. कारण माझ्या चाहुलीनं डालग्याखाली धडपड झाली. वासही येत होता. शेरडं-करडं जवळपास असली की, त्यांचा तो

विशिष्ट वास कधी लपत नाही.

शेतमालानं भरलेली पोती. खुंटीला टांगलेल्या कांद्यांच्या, लसणांच्या माळा. कोनाड्यातून काही-बाही भरलेलं आणि शेतकऱ्याच्या वस्तीत शिरताच येतो, तो संमिश्र वास – मातीचा, धान्याचा, ओल्या वैरणीचा आणि ती घरातली विशिष्ट ऊब.

मग पावलं वाजली आणि फील्डमार्शल बाहेर आले. आल्या आल्या त्यांनी मला उराउरी भेट दिली. चांगला पहिलवान देह होता. माझ्या तोंडाकडं बघून हसत म्हटलं, "ओळखलं नाही अजून?"

तो बसका, भरडा आवाज, तो चेहरा ओळखीचा वाटला; पण चटकन खूण पटली नाही. नाव-गाव ध्यानात आलं नाही. हे सगळं चेहऱ्यावर उमटलं.

"मी ज्ञानू, ज्ञानू बाड. कुंडलच्या पत्र्याच्या शाळेतला दोस्त."

कुंडल... ज्ञानू परशराम बाड... अभ्यासासाठी शाळेत झोपणं... भल्या पहाटे उठून अभ्यास करणं... कंदिलाचा उजेड आणि बाहेरच्या शाळेच्या चौकातून येणारा थंड, फुलल्या मोगऱ्याचा वास....

आठवण ही पोरक्या पोरासारखी एकटी कधीच नसते. सुगंध, स्पर्श आणि आवाज तिच्या सोबतीनं असतात.

माझ्या तोंडून एकदम शब्द गेले : 'देन्या, तू फील्डमार्शल? लेका!'

मग मात्र मी त्याला कडकडून मिठी मारली.

आमच्या विभूतवाडीहून सगळं बिऱ्हाडबाजलं हलवून आबांनी पहिल्यांदा नोकरीच्या गावी – कुंडलला नेलं, तेव्हा मी मराठी दुसरीत होतो. ओढ्याकाठी असलेल्या एका बोळकांडीतल्या शाळेत वडिलांनी मला अडकवून टाकलं. इथंच मी, दाभाडे आडनावाचा राक्षस, मास्तरचं रूप घेऊन कोवळी पोरं खाताना पाहिला. भोतासारखा उभा-आडवा, गचगचीत देह. ओठावर भयंकर मिशा आणि सतत पान खाऊन तांबडं दिसणारं मांसभक्षक तोंड असलेल्या या शिक्षकानं, गणिताचं उत्तर चुकलो, म्हणून माझा हात पिरगाळून, पाठ समोर घेतली आणि आपल्या वज्रमुठीनं शिक्षणातली पहिली बुक्की मला घातली. ती एवढी जबरदस्त होती की, मी चड्डी ओली केली. हात पिरगाळल्यामुळं फिरवलेली ती पाठ वळवून पुढं कधीही उच्च शिक्षण या व्यवस्थेला सामोरा गेलो नाही. माझी चड्डी मी सदैव कोरडीच ठेवली.

वर्षभरातच आबांना बढती मिळाली आणि त्याच्या पुढच्या वर्षी त्यांची किनवीला बदली झाली. मी आपल्या गावीच आईबरोबर शाळा शिकलो. एखादं वर्ष किनवीलाही गेलं.

हवापालट होऊन मी परत कुंडलला आलो, तेव्हा पाचव्या इयत्तेपर्यंत पुढं सरकलो होतो. मग मी गावाच्या दुसऱ्या टोकाला असलेल्या मोठ्या, पत्र्याच्या शाळेत गेलो. मराठी पाचवी म्हणजे इंग्रजी पहिली. त्यामुळे या शाळेत बसायला बाकं होती आणि तासागणिक वेगवेगळे शिक्षकही होते.

ड्रॉईंगचे वेगळे, ड्रिलचे वेगळे, संस्कृतचे वेगळे आणि इंग्रजीचे वेगळे. विभूतवाडीच्या घरगुती शाळेतून आलेला मी. तिथं चौथीपर्यंतच्या वर्गाला एकच मास्तर शिकवायचे. त्यांचे नाव माळीमास्तर. वारकऱ्यासारखे ते कपाळावर आणि दोन्ही आखांवर नाममुद्रा उठवून, सुस्नात असे शाळेला यायचे. वरचेवर 'हरी, हरी' म्हणायचे. त्यांच्या टेबलावर कधीही छडी दिसायची नाही. डोक्यावर गांधी-टोपी, गळ्यात लठ्ठ तुळशीमाळ, जाड कापडाचा गोल अंगरखा, खाली आखूड धोतर. पायात आहे-आहे, नाही-नाही, अशा वेषात ते शाळेत यायचे आणि स्वत:च्या मळ्यातही तसेच दिसायचे. त्यामुळे आम्हाला ते कधी मास्तर वाटलेच नाहीत. माळीच वाटायचे. त्यांचा धाक असा मला तरी कधी वाटला नाही. तो सगळा खेळाचाच एक प्रकार वाटायचा.

मी नवा आलेलो. त्यात बामण. 'तुंपभात, लोंचं'खाणारा. त्यामुळे पत्र्याच्या शाळेतली बेरकी पोरं चेकाळली. पहिल्याच दिवशी मला शिव्या, धमकावण्या देऊन झाल्या.

सगळ्या वर्गात, अंगापिंडानं रोहिल्यासारखा पोर म्हणजे देन्या बाड.

त्याची जागा माझ्या बाकाच्या मागंच होती. एक मास्तर बदलून दुसरे येईपर्यंत त्यानं बरेच काही उद्योग केले – शर्ट धरून ओढ, टोपी हिसकावून घे, टाक शाईत बुडवून अंगावर झाड, असे. मी एकाकी होतो. अजून कोणी दोस्त झालेले नव्हते. म्हणून दुर्लक्ष केलं. देन्याच्या खोड्या हसून गोड केल्या. मग त्यानं धाडकन आईवरनं शिवी दिली. मग मात्र मीही गावरान वाण काढला. त्याला बापावरनं दिली. त्यानं कुत्रा काढला, मी गाढव काढलं. तो म्हणाला, रेडा; मी म्हणालो, घोडा.

त्यानं तोंडानं आवाज काढला. मी उजव्या हाताची मूठ पालथी केली, डाव्या हातानं मनगट धरलं आणि खालीवर हलवलं.

देन्या सरड्यासारखा तांबडालाल झाला. म्हणाला, "भडवीच्या, शाळा सुटू दे. भायेर पड मैदानात, म्हंजे तुला दावतो!"

मी म्हणालो, "दाव, दाव!"

– आणि पुन्हा मूठ मिटून मनगट हलवलं.

पाच वाजता घंटा झाली. शाळा सुटली. पोत्याचं तोंड सोडताच धान्य बाहेर

ओघळावं, तशी पोरं बाहेर पडली. माझ्या वर्गातली पोरं, मारवाड्याचा हंच्या, तेल्याचा बंबाट्या, भोत मुरल्या, हरदराचा वाशा, बेडकासारख्या बाहेरच्या डोळ्यांचा सोश्या, गुंडा वाण्याचा आन्या – सगळे मागं आणि, मी आणि देन्या बेंदरातल्या खोंडांसारखे पुढं, अशी मिरवणूक शाळेच्या फाटकापास्नं शंभर-दीडशे कदम आली.

मग देन्या थांबला. रस्त्याकडेच्या भिंताडावर त्यानं पुस्तकं ठेवली. टोपी काढून ठेवली, अंगातला शर्ट काढून दगडाच्या वजनाखाली ठेवला. नुसती निळी चड्डी घातलेला उघडाबंब देन्या, तंगड्या फाकून उभा राहिला. दोन्ही पावलांखालची माती नरकोंबड्यासारखी पायानं मागं उडवत म्हणाला, ''चल ये बामणा, तुझी ढेरी फोडून 'तुंप' काढतो!''

मग मीही पुस्तकं, टोपी, शर्ट काढून भिंतीवर दगडाखाली ठेवला. दोन्ही तळहातांवर थुंक टाकून ते एकमेकांवर चोळत म्हणालो, ''ये पुढं! तुझ्या सागुतीचं वाटं घालतो!''

दोन अनोळखी कुत्री काळवंडताना दात विचकून, गुरगुराट करून, अंगच्या सर्व बळानिशी एकमेकांवर जशी तुटून पडतात, तसे आम्ही दोघेही एकमेकांवर तुटून पडलो. दणके, गुद्दे, लाथा, ओरबाडे, गुडघे! तो खाली धुरोळ्यात, मी उरावर. मी खाली, तो उरावर. त्याचे ढोपर रक्तबंबाळ, माझे गुडघे रक्तबंबाळ. अशी घनचक्कर चार-पाच मिनिटं झाली. बघणाऱ्या पोरांनी शिट्या-आरोळ्या दिल्या. देन्याला टांग मारून मी धुरोळ्यात पालथा घातला आणि स्वारी भरून हापके दिले, तेव्हा तोंडात गेलेला धुरोळा थुंकत तो म्हणाला, ''सोड, सोड! बराबरी झाली!''

तेव्हा मी त्याला सोडला.

अंगावरचा धुरोळा झटकून, पिठाच्या गिरणीत काम करणाऱ्या माणसासारखं तोंड घेऊन देन्यानं उजवा हात पुढं केला. म्हणाला, ''हात दे दोस्त, हात दे.''

मीही हातात हात दिला.

तो म्हणाला, ''आजपसनं आपन तुपन दोस्त!''

मी म्हणालो, ''दोस्त, तर दोस्त.''

पोरं ओरडली, ''बजरंगबली की जय!''

– आणि, त्या दिवसापासनं आम्ही एकमेकांचे जिगर-दोस्त झालो.

पुढं तीन वर्षं मी पत्र्याच्या शाळेत होतो. तालमीत जाऊन बैठका काढण्याचा नाद मला ज्ञानू बाडामुळे लागला. त्याच्याच संगतीनं मी नाना साहसं केली. नागमुंगसाची निवडुंगाच्या डवंग्यापलीकडं चाललेली लढत बघण्यासाठी ज्ञानूनंच मला ओढ्याकाठानं सहा मैल हिंडवलं. नाग कसा मारावा, हे त्यानंच मला शिकवलं. उंच माचाडावरनं विहिरीच्या काळ्याभोर पाण्यात मुटका कसा झोकायचा,

दगडानं हवी ती वस्तू नेम धरून कशी टिपायची, उंच झाडावर माकडासारखं कसं चढायचं, भिंतीवरून उड्या कशा ठोकायच्या, रात्री-अपरात्री मैलन्‌मैल पायी जाऊन तंबूतला सिनेमा कसा बघायचा, ही विद्या मला ज्ञानूनंच शिकवली.

पहिली सलामी झाल्यावर धायगुड्याच्या वस्तीवर आम्ही दोघंच निवांत बसलो. ज्ञानू म्हणाला, ''फार वर्षं झाली, रे भेटून! अजून शिक्षणच चाललंय का?''

''हं....''

''कोल्हापूरला की सांगलीला?''

''तूर्त तरी आपल्या या गावीच म्हणंनास! तू सरकारचा फील्ड मार्शल कधी झालास?''

''चळवळ सुरू झाली. आम्ही दोन-चार स्टेशनं जाळली. तारा तोडल्या, पे-ट्रेन लुटली आन् धाडदिशी वॉरंट निघालं. पाच हजारांचं बक्षीस लावलं सरकारनं आमाला धरून देणाराला. मग म्हणलं, आता होऊन जाऊ दे. जगू, न्हाई तर मरू! जेलमधी मात्र कुजणार न्हाई.''

''इकडं कसा आलास?''

ज्ञानू मोठ्यानं हसून माझ्या मांडीवर थाप टाकत म्हणाला, ''वाट चुकून.''

मला कळलं की, हा काही निव्वळ विनोद नाही. अशा तऱ्हेची चौकशी करायची नाही, असा चळवळीचा अलिखित नियम होता. खजील झालो.

''मी गावातच आहे, हे कळलं धायगुड्याकडनं?''

''मी सहज चौकशी केली. गावचं नाव ऐकल्यावरच तुझी आठवण झाली होती. विचारलं, तर कळलं की, 'तूर्त सुट्टीला आलेत. दिवसभर गाईमागं असतात.' ''

मग मी विचारलं, ''तुम्ही काय फिरतं कोर्ट घेऊन आलाय म्हणं?''

''हां. तुजा काही जमीनजुमल्याचा गुंता असला, तर सांग. आम्ही सोडवू. एक पाव, दोन तुकडंच!''

''म्हणजे वादीला पिस्तुलाची नळी दाखवू, नाही तर पत्र्या मारू, नाही तर गुडघ्यातनं पाय काढू?''

''जसा रोग, तसा दवा रे!''

''रोगच म्हणशील, तर पुष्कळ आहेत, देना. तुमच्यापाशी कडक दवा आहे का?''

''सांग की, कोणचं ते?''

''अरे, या आडवळणी गावात, या घडशी मुलखात दर तीन-चार वर्षांनी एकदा दुष्काळ पडतो. त्यावर तुमचं प्रतिसरकार काही उपाय करील का?''

''पाऊसकाळ काय सरकारच्या हातात असतोय, पहिलवान?''

"ते मला माहीत आहे, रे. पण विहिरी खोदा. ओघळी आडवा. धरणं करा. कधी राणीच्या राज्यात दुष्काळी काम म्हणून सुरू झालंय? हळ्ळी गावचं धरण –"

"त्याला पैसा कुठून आणायचा?"

"हीच अडचण पहिलं सरकारही सांगत आलं. म्हणजे एक सरकार आणि दुसरं सरकार यांत फार फरक नसतो हे खरं."

"ही कामं प्रतिसरकारच्या आवाक्यातली नाहीत. काही हलकीसलकी बोल."

"रोजगार नाही, म्हणून रिकामी हिंडणारी आणि अर्धपोटी राहणारी अशी सुमारे तीनशे माणसं आणून उभी करतो तुझ्यापुढं! देतोस रोजगार?"

ज्ञानू गप्प ऐकून घेत होता.

"या गावापासनं तालुक्यापर्यंत नीट रस्ता नाही. तो करून मोटार-वाहतूक सुरू करता? गावात वाणसामानाचं, कापडाचं दुकान नाही. पिठाची चक्की नाही. शिंपी नाही. पोस्ट नाही. या सोयी करता?"

"आम्ही?"

"तर कुणी? भांडवल नाही, म्हणून इथं किती गोष्टी अडून राहिल्यात. कुणाला बैल घ्यायला पैसा नाही. शेतात ताल घालायला, अवजारं आणायला, स्वत:ला आणि जनावरांना निवारा म्हणून चार भिंती बांधायला, विहिरी खंदायला तुम्ही लांब मुदतीची, कमी व्याजाची कर्ज तरी द्याल?"

"– नाही! तुमच्यापाशी पैसा नाही."

"बरं, महार लोकांना प्यायच्या पाण्याची विहीर नाही. चावडीसमोरनं जायला बाई माणसांस्नी बंदी आहे. का? तर ज्यानं त्यानं आपापल्या पायरीनं राहावं. या पायऱ्या पुष्कळ आहेत. त्या प्रतिसरकार खणून काढून फेकणार आहे का?"

"समाजसुधारणेचं काम झटपट होणारं नसतं."

"मग सुधारणेचं, बंदुकीचे वायबार काढून जेवढं होण्यासारखं, तेवढं झटपट काम तुम्ही करणार. म्हणजे सोम्याची जमीन काढून गोम्याला देणार. साठेखतांच्या कागदांची होळी करणार. एखादा खट सावकार भेटला, तर त्याचे पाय गुडघ्यातनं काढणार आणि झेंडे की जय, गांधी की जय करत परत पुढच्या गावाला जाणार."

"ए गड्या, खरं सांगू का? आपण यात पडलो, ते काही राजकीय पुढारी म्हणून नाही. आपण काही विचारवंत नाही. देश स्वतंत्र व्हावा, म्हणून ही शेवटची लढाई आहे. महात्माजींनी सांगितलंय, 'करेंगे या मरेंगे'. आपण आपले शिपाईगडी. वरचा हुकूम पाळायचा. आपण वेळ पडली, तर जीव देऊ, हां. हे तू म्हणतोस, त्याचा विचार मोठ्या पुढाऱ्यांनी करावा. आपल्याला असलं बारीकसारीक कळत नाही."

एक स्पष्ट कबुली फील्डमार्शलनी दिल्यावर त्यांच्याशी वाद घालण्यात काही अर्थ नव्हता.

मग म्हणालो, "ते राहू दे. ज्ञानू, माझ्या घरी कधी येतोस? एकत्र जेवू, खाऊ. आई तुला ओळखती का बघू?"

ज्ञानूचा चेहरा विचारी झाला. म्हणाला, "राजा, आज मला घरी घेऊन जायचं, म्हणजे विस्तू घरात न्यायचा. ही गोष्ट आज ना उद्या तपासात निघाली पोलिसांच्या, तर फुकाफुकी तुझ्या म्हाताऱ्याला अन् म्हातारीला त्रास देतील पोलीस लोक. मारहाण करायलासुद्धा कमी करायचे नाहीत. आपले नव्हं, ब्रिटिश सरकारनं ज्यांच्या गळ्यात पट्टे अडकवलेत, ते!"

मी काय बोलणार? त्यानंच पुन्हा खुलासा केला.

"मी काय रे, आनंदानं येईन; पण फार त्रास देतील तुझ्या घरादाराला."

मला त्याचं म्हणणं पटलं. हे गाव जरी संस्थानी हद्दीत होतं, तरी ब्रिटिश बादशहाचा अंमल इथून फक्त बारा मैलांवर गेलं की, सुरू होत होता. पाच हजार रुपयांच्या आशेनं आपल्यांतलाच कोणी बदमाश तिकडं वर्दी देणार नाही आणि गावावर छापा येणार नाही, याची शाश्वती काय?

ज्ञानूच्या घरच्यांचीही मला आठवण झाली. हरिपाठ म्हणणारा त्याचा माळकरी बाप आणि कपाळावर कुंकवाची आडवी रेषा लावणारी, घरी गेलं की, शेंगा, गाजरं, उसाची कांडी नाही, तर खारीक-खोबरं असलं काहीतरी खायला देणारी, त्याची गोरी आई. म्हशीची धार काढण्याआधी, माणसाशी बोलावं, तशी तिच्याशी बोलणारी.

मी सहज चौकशी केली.

"तुझ्या म्हातारा-म्हातारीचं काय, ज्ञानू?"

"म्हातारा खर्चून वर्सं लोटली, राजा! मी फरारी झालो, तशी कुणबावा सांभाळण्यासाठी गावातलं घर सोडून म्हातारी रानात रायला गेली. चाकरीचा एक गडी, त्याची बायकापोरं अशी मिळून राहात होती. तर दर चाराठ दिवसांनी पोलीस तपासायला यायला लागले. म्हातारीला पुढं घालून तपासायला न्यायचे. उपाशीतापाशी बसवून ठेवायचे. 'म्हातारे, पोरगा कुठं आहे, ते सांग', हा एकच धोशा. ती म्हणायची, "बाबांनू, त्यो काय मला सांगून हिंडतोय का? तुमीच त्याचा पत्त्या लावा. आन् मला सांगा. मलाबी बगून लई दिस झालं त्याला." अखेरीला या काराला कंटाळून म्हातारी आपल्या लेकीकडं जाऊन राहिली – कोरेगावाला. आता बघ, गावातल्या आन् रानातल्या दोनी घरांना सरकारी सील लागलंय."

"मग देना, कुणबावा कोण बघतं?"

"कुणी नाही. गुरं मेव्हण्यानं सांभाळायला नेली. जमीन पडीकच आहे. आयला, रे या देशभक्तीच्या!"

शेवटचा हा उद्‌गार फील्डमार्शलचा नव्हता. ज्ञानू बाड या माणसाचा होता.

चांगली रात्र झाली. मी म्हणालो, "देना, गड्या, मी जातो आता. नाही तर माझा म्हातारा आणि म्हातारी कंदील घेऊन बघायला इथंवर येतील."

ज्ञानू पुन्हा उराउरी भेटला. "कधी आलास तिकडच्या बाजूला, तर भेट."

मी हसून विचारलं, "कुठं?"

"आपल्या हडदराच्या दुकानावर निरोप ठेवायचा. मी कुठंही असलो, तरी तो मला मिळंल. गावातले लोक आपलेच आहेत सगळे. पोलीससुद्धा! वरवर त्यांना दाखवावं लागतं. आतनं सामील आहेत आपल्याला. त्याशिवाय आम्ही असं मोकळं हिंडतोय का?"

परत येताना माझ्या मनात येत होतं, युद्ध-आघाडीवर लढणाऱ्या किती सैनिकांना, आपण कशासाठी लढतो आहोत, हे माहीत असतं? आणि आम्ही देशाचं स्वातंत्र्य पुन्हा मिळवण्यासाठी किंवा आहे त्याच्या संरक्षणासाठी लढतो आहोत, असं उत्तर जरी अनेकांनी दिलं, तरी स्वातंत्र्याचा विस्तार आणि खोली कोणी बरं पाहिलेली आहे?

घरी आलो, तेव्हा रात्रीचे अकरा वाजून गेले होते.

उशाशी बारीक केलेला कंदील ठेवून आई अंथरुणावर अजून जागी होती. मला बघताच ती म्हणाली, "किती उशीर रे बाबा! जेवणाखाणाची काही शुद्ध?"

"निरोप नाही मिळाला?"

"मिळाला. गाय बांधून निघून गेलं कुणीतरी पोरगं. म्हणालं, 'चौगुल्याच्या वस्तीवर बोलत बसलेत. उशीर होईल म्हणाले.' कुठल्या कुठं ती चौगुल्याची वस्ती! मी यांना म्हणाले, 'कुणी माणूस तरी पाठवा.' फार उशीर झाला. तर म्हणाले, 'तसंच महत्त्वाचं काम असल्याशिवाय तो थांबायचा नाही.' "

निरोप सांगणाऱ्या पोऱ्यानं वस्तीचं नावसुद्धा मुद्दामच वेगळं सांगितलं असावं. मी काही स्पष्ट बोललो नसलो, तरी माझ्या उद्योगाची कल्पना घरी होतीच. पण कोणत्याही गोष्टीची चौकशी करायची नाही, ही सावधगिरी सर्व जण घेत होते.

मी काहीही न बोलता, आईनं उठून वाढली, ती भाकरी-आमटी खाऊन झोपलो.

फील्डमार्शल कधी निघून गेला, कुणाला ठाऊक! गावात कोर्ट-कचेऱ्या, मारझोड, जाळपोळ असला काही प्रकार झाला नाही.

मात्र केवळ भीतीमुळे गावातली जमीनजुमिनींची किरकोळ प्रकरणं आपसात तातडीनं मिटवली गेली. गंभीर असं काही मुळात नव्हतंच, पण जे थोडं-फार होतं, तेही नाहीसं झालं. काळ्या रानात पडलेला शेणाचा पोह किंवा वाळूतलं मुतणं नाहीसं होतं, तसं!

रानातलं ज्वारीचं उभं पीक केव्हाच निघालं होतं. गुरं हिंडवायला रानं आता मोकळी होती. विहीर-बागाइतातल्या बांधावर हरळी, शिप्पी, कुरडू असलं गवत होतं. दिवसभर हरणीला हिंडवण्यावाचून मला दुसरा उद्योग नव्हता. आबांनी आणली, तेव्हा मळकट, केसाळ दिसणारी ही कालवड आता पार बदलून गेली होती. तिचं अंग पांढरं तुकतुकीत दिसू लागलं होतं. मुळात खिलार जातीची ही उत्तम कालवड, दिवसभर मोकळ्या रानात हिंडल्यामुळे, हिरवा चारा खाऊन बैदुलासारखी गोल गरगरीत झाली होती. तिचं रूप शोभा देऊ लागलं होतं. अंगी तरतरी आली होती. तिला मी गावापासून बरंच दूर घेऊन जात असे आणि रिकाम्या रानात, ओढ्या-ओहळाकाठच्या हिरवळीत हुंदडू देत असे. थोडी भूक भागली की, शेपूट उभं करून ती मजेनं चौखूर उधळे. मधेच थांबून, कान टवकारून मी कुठं, कोणत्या झाडाखाली बसलो याचा शोध घेई.

बांधावरच्या एखाद्या नेपती-मुरमुटीची किंवा निंबाची सावली गाठून, उशाशी हात घेऊन आभाळाकडं बघत मी लवंडलेला असे. एका अंगावर वळल्यावर मला सपाट मोकळं रान आणि त्याच्या क्षितिजरेषेवर उभा राहून आपला धनी शोधणारी हरणी दिसे. ही आता काय करते बघू, म्हणून मी उठून न बसता पडून राही. मी उठून बसलो किंवा उभं राहून शीळ घातली, हाक दिली, म्हणजे हा आहे, म्हणून ती पुन्हा मान खाली घालून चरत राही; पण हालचाल न करता, नेपतीच्या हिरवळीनं भरलेल्या एवढ्याशा सावलीत, काळ्या जमिनीवर मुरून पडलो; तर मिनिटभर टक लावून पाहिल्यावर हळूहळू चालत ती माझ्याकडं येई. मी झोपेचं सोंग घेतलं, तर अगदी जवळ येई आणि आपलं गार, ओलसर नाक माझ्या झिपऱ्या केसांना लावी. हिरव्या गवताचा गंध असलेलं तिचं तोंड माझ्या मानेला, उघड्या हातांना लागे. गुदगुल्या होत. तरीही मी हालचाल केली नाही, तर मात्र माझ्या अंगरख्याच्या बाहीचं टोक ती तोंडात घेई. ती ओढ जाणवताच

सगळं सोंग टाकून उठणं भाग असे. कारण हा अंगावरचा कपडा आहे, केळीचं पान नव्हे, हा विवेक न ठेवता हरणी तो चघळण्याचा धोका असे. माझ्या अंगावरच्या कपड्यात तिला विशेष रस आहे, ही गोष्ट एकवार तिनंच माझ्या ध्यानात आणून दिली होती. तिच्या बांधण्याच्या जागीच, आडव्या दोरीवर वाळत असलेल्या माझ्या विजारीचा एक पाय तिनं खाऊन टाकला होता. इथं रानात बाहीला किंवा कॉलरला तिनं तोंड घालताच मी तत्काळ उठून बसत असे. तिच्या दोन्ही शिंगांमध्ये खाजवत असे. तिच्या गळ्याखालची मऊसूत पोळी गोंजारत असे. एवढे लाड करून घेतल्यावर तिचं समाधान होई. इच्छा असली तर पुन्हा गवतकाडी शोधत ती रानात जाई. नसली तर तिथंच, माझ्याशेजारी बरी जागा बघून रेलून बसे. रवंथ करता करता तिच्याही डोळ्यांवर झापड येई आणि तोंड कासेत घालून सावकाश श्वास सोडत माझी ही सुलक्षणी कालवड दुपारची डुलकी घेई. हिची झोप किती सावध आहे, हे बघण्यासाठी मी जर उठलो आणि बसून जांभई दिली, तरी लगेच तिचे मोठ्या मोठ्या शिंपल्यांसारखे कान टवकारले जात. डोळे बंद ठेवूनच ती सावट घेई. समजा, मी उठून उभा राहिलो आणि चार पावलं टाकली, तर मात्र ती डोळे उघडून पाही. मी कुठे दूर किंवा घराकडं जात नाही, थोडा पलीकडे जाऊन उभ्याउभ्याच देहकर्म उरकतो आहे, एवढे पाहिल्यावर मान वर करण्याची तकलीफ न घेता ती पुन्हा डोळे मिटून घेई. अंगावरच्या माश्या शेपटानं हाकलून लावण्यापुरतीच हालचाल करत थंड पडून राही आणि एखादं संगमरवरी ग्रीक शिल्प डोळे भरून पाहावं, तसं मी तिला पाहत राही.

आपल्या संस्कृतीची सुरुवातीची उभारणी धरित्री आणि गायत्री यांच्या दोहनावरच झाली नाही का? ज्यांची आज हजारो वर्षे आपण पूजा बांधत आलो, ते बलाढ्य मानव गोपाळच नव्हते का?

आपण जुळलं का, ते पाहत आलो, ते गोत्र हिच्याच नावे पडलं ना? हीच विनिमयाचं साधन, हिच्या प्राप्तीसाठीच वैदिक प्रार्थना आणि ही स्वत:ही प्रार्थनीय नव्हती का? हिच्याच तर ठायी आपण कोटी देवता पाहिल्या आणि कित्येक प्रेषितांची पावलं गाई, शेळ्यामेंढ्या यांच्या खुरांच्या ठशांमधूनच आपण ओळखून काढली नाहीत का? मग क्रांतिकार्यात सहभागी होण्यासाठी बाहेर पडलो, तो मी, हिच्या पाठोपाठ रानोमाळ हिंडलो, तर त्यात दिशाभूल किंवा वाटमोड कसली?

मी गाईमागोमाग हिंडत होतो. हे गुरं वळण्याचं काम निकृष्ट नव्हे, अशी मनाची समजूत घालीत होतो आणि आमचे आबा स्वप्न पाहत होते की, आता ही कालवड फळेल. तिला सुरेख खिलारी जातीचा, कोसा वाणाचा खोंड होईल. दोन वर्षे तो नीट जोपासला की, बाजारात त्याला हजार-बाराशे किंमत येईल. त्या पैशातून आपण

आपल्या जिराईत जमिनीच्या तुकड्यात विहीर खोदू. एवढ्या पैशात काही सबंध विहीर होणार नाही; पण सुरुवातीचं भांडवल तरी मिळेल. एकवार काम सुरू झालं की, कसं तरी माणूस ते शेवटाला नेतो. सहा एकर बागाईत जमीन झाली की, मग काय, घरात सारी सुबत्ताच! हां, हां म्हणता चार-दोन वर्षांत आपली आर्थिक स्थिती सुधारेल, सगळं मनाजोगं होईल.

ही कालवड माझ्या आता इतक्या सवयीची झाली होती की, रानात तिला एकटी सोडून मी घरी आलो आणि चार-दोन तासांनी परत गेलो, तरीही ती त्याच रानात चरताना दिसे. चरत चरत ती दूर कुठं जाईल, आपल्या पहिल्या धन्याचं घर गाठील, ही भीती उरली नव्हती.

काही वेळा आम्ही दोघं गावापासून बरेच दूर, कुरणात जात असू. संध्याकाळी परत गावाकडं येताना कासरा न लावता मी हरणीला वाटाड्या करी. तीही माझ्या पुढं राहून नेमकी गावच्या वाटेनंच घरापर्यंत येई. ज्वारीच्या दिवसांत अकस्मात आभाळात परदेशी पाखरं दिसत. ती ज्वारी-करड्याच्या पिकांवर पडत आणि पिकं निघाली की, पुन्हा नाहीशी होत. हजारो मैलांवरून येणाऱ्या या पाखरांना आमच्या गावाची वाट जशी अचूक सापडत होती, तशीच ती हरणीलाही सापडत होती का? का झाडाझुडपांच्या, ताली-बंधाऱ्यांच्या खाणाखुणा लक्षात घेऊन अनोळखी रानातून शहाणा माणूस अचूक परत घरी येतो, तशी ही येत होती?

मला गावी येऊन आता सहा-सात महिने उलटून गेले होते. आपल्या संघटनेपैकी कुणाचा पत्ता लागेल आणि पुन्हा मी हाती घेतलेल्या कामगिरीवर परत जाईन, या आशेनं आवश्यक ती सावधगिरी घेऊन मी इकडेतिकडे पत्रव्यवहार करून पाहिला, पण सगळी फाटाफूटच झाली होती. महत्त्वाचे असे सगळे म्होरके लोक पकडले गेले होते. फक्त दोन-तीन जबरदस्त माणसे अद्याप पोलिसांच्या हाती लागलेली नव्हती. यात सुदैवानं ग्रुपचे पुढारीही होते. मी संघटनेत सामील झाल्यापासून आजतागायत त्यांची माझी प्रत्यक्ष गाठभेट झाली नव्हती. पण सुरेख अक्षरातली त्यांची काही पत्रे मला आली होती. तावाच्या एक सोळांश तुकड्यावर बारीक, पण वळणदार अक्षरात ही पत्रे लिहिलेली असत. 'अमकीडे जा,', 'तमक्यांना भेटा.' 'फलाण्या फलाण्यांनी संघटनेसाठी इतके रुपये द्यायचे मान्य केले आहे, त्यांना भेटून पैसे घ्या आणि ते अमुक ठिकाणी पोहचते करा –' अशा सूचना पत्रात असत. शिवाय दिलासा मिळावा, माया जाणवावी असा काही ओला मजकूरही अवश्य असे. या पत्राखाली सही असे, ती 'आपला, आप्पा' अशी. पत्राच्या शिरोभागी

गावाचे नाव कधीही नसे, फक्त आकडा असे. महिन्याच्या ज्या तारखेला हे पत्र लिहिले असेल, त्याच्या तिप्पट हा आकडा असावा, असा संकेत होता. चोवीस हा आकडा वाचून समजावे की, आठ तारखेला हे पत्र पोस्टात पडले आहे.

ते स्वच्छ, मोकळं अक्षर, वारंवार पत्रातून येणारा मजकूर आणि सहकाऱ्यांच्या बोलण्यातून होणारे उल्लेख, यावरूनच माझ्या मनात आप्पांची मूर्ती साकार झालेली होती. ते गरीब बलुतेदाराच्या कुळात जन्मले होते. अत्यंत खडतर आर्थिक स्थिती असताना त्यांनी शिक्षण पूर्ण केले होते. पदवी मिळवली होती. समाजशास्त्र, राज्यशास्त्र आणि अर्थशास्त्र हे त्यांच्या आवडीचे विषय होते. ते स्वभावाने अत्यंत मायाळू होते आणि कुशल संघटक होते. प्रत्यक्ष कुठेही विध्वंसक कामात भाग न घेता पडद्याआड राहून ते प्रचंड उद्योग करीत होते आणि त्यांना जिवंत वा मृत सापडून देणाऱ्याला सरकारने दहा हजार रुपयांचे बक्षीस जाहीर केले होते. शरीराने सुदृढ, वर्णाने निमगोरे असे हे आप्पा, वेष बदलून हिंडण्यात फार तरबेज होते आणि त्यांना मराठी-इंग्रजीशिवाय उर्दू आणि कानडी या भाषाही सफाईने बोलता येत होत्या.

मला वाटे की, जिथे असतील तिथे कधीतरी माझी हकिकत त्यांच्या कानी जाईल आणि ते माझ्याशी संपर्क साधतील. मी वयानं फार लहान आहे, म्हणून धाडसी आणि धोकेबाज अशा कामात मला न गुंतवता बौद्धिक कामच याच्यावर सोपवा, अशी सूचना त्यांनीच कार्यकर्त्यांना सतत केली नव्हती का? माझं शिक्षण अर्धवट राहिलं आहे, पुढच्या आयुष्यात कामी येईल, असं काही मी शिकून घ्यावं, म्हणून त्यांनीच सगळा खर्च सोसून मला आर्ट स्कूलमध्ये चित्रकलेच्या उच्च शिक्षणासाठी घातलं नव्हतं का?

पण महिन्यामागून महिने उलटले आणि कोणीही माझी चौकशी केली नाही. हा कुठं आहे, काय करतो आहे, त्यानं पुढं काय करायचं, याविषयी कोणी काळजी दाखवली नाही. अचानक हल्ला होताच वन्य पशूंच्या कळपाची दाणादाण व्हावी, सगळ्यांनी जीव घेऊन दाही दिशांना उधळावं आणि त्यातला एक चुकूर जीव अफाट अशा अनोळखी प्रदेशात येऊन पडावा, बावरून दडून राहावा, असा प्रकार झाला होता.

मायेच्या माणसांत, स्वतःच्या जन्मगावी, आपल्या वडिलोपार्जित घरात असूनही मी एकाकी, दिशाहीन, बंदिस्त आणि धास्तावलेला होतो.

हिरवं कुरण धुंडत मी दुपारी हरणीला घेऊन बाहेर पडलो आणि गावापासून

दूरवर आलो. रानंवनं, झाडंझुडपं, पाखरं आणि निळं आभाळ मला नेहमीच हुलकावण्या दाखवत दूर नेत असे. गावातून निघालो, तेव्हा कसल्याही खुणा नव्हत्या. दिवस मावळायच्या सुमाराला एकाएकी वारा सुटला. आभाळात काळे ढग गोळा होऊ लागले. ही लक्षणं ठीक नाहीत, रात्र अंधारी आहे आणि आपण बरेच दूर आलो आहोत, ही जाणीव होताच मी हरणीच्या गळ्याला दावं लावलं आणि सपाट्यानं गावची दिशा घेतली.

बघता बघता अंधारून आलं. वाऱ्याचा जोर वाढला. झाडंझुडपं गदगदून हलू लागली. झाडांच्या ढाप्या मोडून पडू लागल्या. धुळीचे लोट घेऊन आमोरा-सामोरा धावत-धावत येणारे वारे एकमेकांना भिडून फुगडी नाचू लागले. कायधुळीचे महाकाय लोळ, पालापाचोळा, धूळधुरोळा घेऊन आभाळात चढू लागले आणि कानठळ्या बसवणारा कडकडाट झाला. पूर्वेकडं काळ्याकरंद झालेल्या आभाळात विजेचा लोळ चमकला आणि इतका वेळ ओढ असलेला दोर घट्ट धरून हरणीमागं फरफटत जात होतो, तो डोळे गच्च मिटून मी जागच्या जागी उभा राहिलो.

त्याच क्षणी हाताला हिसडा बसला आणि दोर हातातून सुटला. हरणी एखाद्या काळविटासारखी मोकळ्या रानात चौखूर उधळली.

मोठमोठ्यानं हाका घालीत, पावसाचे जोरदार थेंब अंगावर घेत मी तिच्या मागून धावलो.

बांध, काळी जमीन, झुडपं, दगडगोटे, ओघळ, उतार – कशाचंही भान हरणीनं ठेवलं नाही.

काही मिनिटांतच ती माझ्या दृष्टीपलीकडे गेली. दिसेनाशी झाली.

तुफान पाऊस सुरू झाला. आभाळातलं पाणी वेगानं जमिनीवर आदळू लागलं. मी भिजून चिंब झालो. वरचेवर दोन्ही हातांनी निरपूनही तोंडावरचे पाण्याचे ओघळ आवरेनात पावसाच्या माऱ्यामुळे समोरचं नीट दिसेना.

थांबू तरी कुठं?

कुठंही आडोसा नव्हता.

अखेर सोनाराच्या रानातला वड दिसला. गावापासून मी आता दीड-दोन मैलांवर आलो, ही खूण पटली. वडाच्या आडोशाला जाऊन सरडा चिकटावा, तसा मी खोडाला चिकटलो.

दिवेलागणीच्या सुमाराला मी गावाशी पोहोचलो, तेव्हा गाडीरस्त्यावरून गढूळ पाण्याचे ओघळ धोधार जात होते. ओढा, ओघळी, नाळी गर्जना करीत वाजत होत्या. काकडवणारा गारठा सुटला होता आणि बहर ओसरला होता, तरी पाऊस पडतच होता. आभाळ गडगडत होतं. भिजलेल्या खेड्याचा वास वातावरणात भरून

राहिला होता.

दरवाजातून आत शिरलो. पागोळ्या गळत होत्या. अंगणात तळे साचले होते. हरणी कुठं दिसली नाही.

निथळत्या केसांनी आणि कपड्यांनी मी माजघरात गेलो. दिवे लागले होते.

आबा म्हणाले, ''काय, रे हे! आधी कपडे काढून टाक, डोकं पुस. एवढ्या पावसात आलासच का? थांबायचं आडोसा बघून.''

आईनं पंचा आणून हातात दिला.

''धन्य रे बाबा तुझी! आभाळ भरतंय म्हणल्यावरच एखादं शहाणं पोर घराकडं आलं असतं. रानात थांबलासच का?''

''हरणी घरी आली का?''

''नाही. तुझ्याबरोबरच होती ना?''

''नाही गं! पहिली वीज झाली, तेव्हाच माझ्या हाताला हिसडा देऊन ती उधळली आणि दिसेनाशी झाली. वारा काय, वादळ काय, पाऊस काय, मला ती अजिबात दिसलीच नाही.''

यावर हनुवटीला बोट लावून काळजीनं आई म्हणाली, ''...आणि, रे?''

मी डोकं पुसत उभा राहिलो.

आबा म्हणाले, ''एवढ्या कोसळत्या पावसात वाट चालायला ते काय म्हसरू आहे का? कुठंतरी निवाऱ्याला उभं असंल. पाऊस उघडला की, हंबरत घरी येईल आपसूक. घाबरा कशाला झाला आहेस एवढा?''

कोरडे कपडे घालून मी चुलीच्या उबेला बसलो.

बाहेर पाऊस वाजत होताच. ओढ्याच्या पाण्याची गाजही ऐकू येत होती.

रात्रीचे दहा वाजले. पाऊस उघडला.

आमची जेवणं झाली, आईनं अंथरूण घातलं.

माजघरातून सोपा, सोप्यातून परसदार. मागल्या दारी जाऊन बघ, पुढल्या दरवाजात जाऊन बघ, असं माझं चाललं होतं. हरणीचा काही पत्ता नव्हता.

आई म्हणाली, ''पाऊस केव्हाचा कमी झालाय, एव्हाना कालवड घराकडं यायला पाहिजे होती.''

आबा म्हणाले, ''पावसात भलतीकडंच भडाडली असली, तर मध्यानरात्रीसुद्धा येईल.''

मध्यानरात्र झाली.

सुम्म अंधार. बेडकांचं ओरडणं. रातकिडे, कुत्र्यांचं भुंकणं. कंदील मोठा करून मी अंगण बघितलं. बरंच पाणी वाहून गेलं होतं, तरी पावलं बुडत होतीच. दरवाजा

उघडून घराभोवती चक्कर मारली. सामसूम. हरणीचा पत्ता नव्हता.

कोपऱ्यावरच्या घरातला पांगळा विठोबा पडवीत झोपला होता, तो माझा कंदील बघून दोनदा खाकरला.

दरवाजा लावून परत घरात आलो. आईनं झोपेनं जडावलेल्या आवाजात चौकशी केली.

"आहे का रे?"

"अं, हं...."

"नाही?"

"छे! काय झालं कुणाला ठाऊक!"

आबा जागे होऊन अंथरुणावर उठून बसले. धाबळी लपेटून घेत म्हणाले, "काही होत नाही न् जात नाही. घोर करू नका. सकाळी तपास करा. कुणाच्या तरी वस्तीवरच्या गोठ्यात शिरली असंल आणि निवाऱ्याला बसली असंल."

पहाट झाली. कोंबडा आरवला. बायकांनी दळणं घातली. मी उठून चूळ भरली आणि कपडे करून चादरीची भाळ मारली. बाहेर पडलो.

आधी सगळं गाव हिंडून पाहिलं. खुणेच्या शिळा घातल्या. हाका मारल्या. जीभ टाळ्याला थटवून आवाज केले.

हरणी गावात आलेली नाही, याबद्दल खात्री झाली.

दिशा उजळल्या. मग वहाणांना लागलेले चिखलाचे जडशीळ पेंड झटकत वस्त्या धुंडल्या. लोकांचे गोठे, गव्हाणी, झोपड्या धुंडता-धुंडता न्याहारीची वेळ झाली.

पडल्या चेहऱ्यानं घरी येऊन म्हणालो, "गाय चुकून भलत्याच दिशेला गेली."

"सगळीकडं नीट पाहिलंस का?"

"हो."

सकाळचा दुसरा चहा घेऊन आई आणि आबा आणि पुन्हा मीही बाहेर पडलो.

माळावरचं तळं

पडक्या विहिरी

ओढा

पाटलाची मोठी ताल –

कुठंही मला हरणीची काही खूण आढळली नाही.

संध्याकाळी आबांनी पोलीस पाटलाकडं वर्दी दिली :

“आमची गाय चुकली आहे. तपास करा.”

पाटलांनी मग माग काढण्यात पटाईत असे चार रामोशी आठ दिशांना बघून येण्यासाठी पिटाळले. म्हणाले, “दिवसाउजेडी तरी कळवायचं, लांबवर तपास केला असता. आता अंधाराचा माग दिसायचा नाही.”

बरीच रात्र झाल्यावर चारीही रामोशी जमून आमच्या अंगणात आले.

“मालक, कालवड आपल्या नगरीच्या घेऱ्यात शिरल्यालीच न्हाई.”

“मग रे, गेली कुणीकडं?”

“तिला तुमी मुळात खरिदी घेटली कुठं?”

“खरसुंडीच्या जत्रेत.”

“चिट्टी केली, त्यो धनी कुण्या गावचा?”

“ढालगावचा.”

“थ्ये, ढालगाव?”

“लई लांबचं गाव की हो!”

“तर, तर! काय तरी ईस कोस असंल.”

“मग गोंदा, कालवड त्या बाजूलाच गेली. तिला दुसरी दिशा न्हाई.”

“बापू, चाळीस मैलांचं अंतर कापून कालवड आपल्या पहिल्या मालकाकडं जाईल?”

“मंग जावी कुटं आन् का?”

आबा म्हणाले, “अरे, तुम्ही एवढे पट्टीचे माग काढणारे. मोकळ्या रानात खाणाखुणा बघून रानउंदीर कुणीकडं गेला, हेसुद्धा सांगता बरोबर! मग ही तर एवढी मोठी कालवड आहे. तिचा माग नाही सापडला तुम्हाला?”

“मालक, रातभर पाऊस झोडलाय. वाटा, रस्तं भरभरून व्हावलं हायेत, नदीनाल्यावाणी. चिखलात उठल्यालं खूर जसंच्या तसं ऱ्हातील का? आमी मस्त डोळं फोडलं की! गावाभवतीचं चुकतं शिवार हिंडलो. बरं, खानाखुना सांगंल असं मानूस न्हाई, हो. पावसापान्यात, अंधारात मानूस भायेर हिंडतंय कशाला? आन् हिंडलं की, त्येची नदर जित्राबावर पडंल कशी? ते आपल्या जिवाला संबाळंल, का चौफेर नदर टाकंल?”

रामोशी गावचे रखवालदार. त्यासाठी सरकारकडून त्यांना शेतजमीन वतन म्हणून मिळालेली. शिवाय गावात रोज भाकरी मागण्याचा हक्क. त्या बदल्यात लहानसान चोऱ्या शोधून काढणं, हे त्यांचं काम होतं. ‘आमच्या पद्धतीप्रमाणं शोध घेऊन हे जनावर तुमचं तुम्हाला मिळवून देऊच देऊ,’ असा त्यांचा ‘पण’ होता. तो त्यांनी वरचेवर जाहीरही केला.

यावर आबांची सूचना अशी की, ढालगाव संस्थानी मुलखात नाही. खालसात, म्हणजे इंग्रज सरकारच्या हद्दीत आहे. तेव्हा रामोश्यांसोबत मी सांगोल्यापर्यंत जावं. तिथल्या फौजदार कचेरीत वर्दी गुदरावी, म्हणजे तपास दुहेरी होईल. रामोश्यांना साहाय्यही मिळेल.

माझ्या मनात आलं, मी आपणहून या हद्दीत पाऊल टाकायचं आणि फौजदारापुढं उभा राहून मी अमुकअमुक, अमक्यातमक्या गावचा, असं सांगायचं. म्हणजे आपल्या पायानं चालून जाऊन गजाआड जाण्याचा प्रकार होता. बरं ही अडचण बोलून दाखवणंही शक्य नव्हतं.

मी चक्क नकार दिला. म्हणालो, ''मला नाही जमायचं!'' – आणि गप्प राहिलो.

वडील नाराज झाले, पण बोलले नाहीत. आई बोलली, ''मर-मर मरून पोरं मोठी करायची, तोंडचा घास देऊन त्यांना वाढवायचं आणि वयात आल्यावर त्यांनी मात्र घरप्रपंचाकडं दुर्लक्ष करायचं, स्वत:च्या नादात राहायचं. हे पोर तर काही कामाचं नाही. त्याचा काडीमात्र उपयोग घराला, भावंडांना व्हायचा नाही. त्याला परिस्थितीची जाणीवच नाही. लहानपणापासनं बघतेय मी त्याची लक्षणं!''

मी सगळं ऐकून घेतलं. काही उत्तर दिलं नाही.

एकाला दोघं असे मिळून रामोशी ढालगावला गेले.

आमचं संस्थानी हद्दीतलं तालुक्याचं गाव सातपाटी, पाच मैलांवर होतं. आल्या दिवसापासून, बाजारहाटाच्या निमित्तानंसुद्धा मी या गावी गेलो नव्हतो. चळवळीत पडण्याआधी मी याच गावी हायस्कूलला होतो. इथल्याच ओढ्याकाठच्या त्या जुन्यापुराण्या वाड्यात माझी आणि आज जेलमध्ये डांबल्या गेलेल्या सहकाऱ्यांची पहिली भेट झाली होती. सातपाटीला असलेल्या खादी भांडाराच्या चालकांनी ही भेट घडवून आणली होती. इथं आल्यापासून अनेक वेळा माझ्या मनात आलं होतं की, या कचरूभाऊ पाटलांकडं पुन्हा जावं आणि त्यांना म्हणावं, 'कुणातरी भूमिगत कार्यकर्त्याशी माझी गाठ घालून द्या. माझ्यावर वॉरंट आहे. मला आता दडून राहणं भाग आहे.' पण गुप्तता राखण्याच्या नावाखाली ही गोष्ट मी आजवर केलेली नव्हती. कचरू पाटलांची गाठ घेतली नव्हती. सातपाटीला फिरकलो नव्हतो.

एका रविवारच्या दुपारी सातपाटीचे फौजदारच दत्त म्हणून माझ्या पुढ्यात उभे राहिले.

नेहमीसारखा न्याहारी उरकून मी चार मैलांवरच्या तळ्याकडं रमतगमत गेलो

होतो. झाडाच्या सावलीला बसल्या-बसल्या माझं लांबलचक चिंतन चालू होतं. एवढ्यात बंदुकीचे दोन बार ऐकू आले. पकुड्यांचा एक थवा माझ्या समोरच्या आभाळातून आडवा उडाला आणि डाव्या बाजूच्या लवणातून दोन माणसं, त्याच्या पुढं धावणारी, हाऊंड जातीची एक चपळ कुत्री आणि मागोमाग खाकी पोशाखातले फौजदारसाहेब वर आले.

मला वाटतं, उन्हातान्हातून हिंडल्यामुळे त्यांनाही सावलीला बसण्याची इच्छा झाली असावी. या उजाड माळाला सावलीची झाडं क्वचितच होती. मी बसलो होतो, तेच एक बऱ्यापैकी झाड होतं. नाहीतर सर्वत्र खुरटी झुडपंच होती. फौजदारसाहेबांना मी लांबूनच ओळखलं. तत्काळ मनात आलं की, आपण सहज उठल्यासारखं करून चपळाईनं पाठमोरं वळावं आणि दृष्टिआड व्हावं; पण फौजदारसाहेब फार दूर नव्हते. त्यांनीही जर मला ओळखलं असलं, तर मी मुद्दाम त्यांना टाळलं, हे त्यांच्या ध्यानात आलं असतं. आल्या प्रसंगाला तोंड द्यायची तयारी केली. बसून राहिलो.

आधी पिवळट काळसर रंगाची, लांब तोंडाची आणि बारीक कमरेची कुत्री सावलीला आली. माझ्याकडं बघून, पुढचा एक पाय वर करून वास घेत थबकली. मी तोंडानं आवाज करताच तिची भीती मोडली. माझा वास तिनं हुंगला, थोडा गुरगुराट केला. मागं वळून आपला धनी येतो आहे, बघितलं आणि स्वत:भोवती गोल फिरून ती सावलीला बसली. जीभ बाहेर काढून, उघड्या तोंडानं धापा टाकू लागली.

मला पाहताच फौजदारसाहेब चकित झाल्यासारखे दिसले. मी उठून नमस्कार केला आणि विचारलं, ''काही मिळालं का? बार ऐकले.''

डोक्यावरची टोपी काढून साहेबांनी आधी घाम पुसला. मग म्हणाले, ''पकुड्या मिळाल्या चार... दुसरं आहे काय या मुलखाला?''

''तळ्यात पाणकोंबड्या असतात की? कांड्याकरकोच्याही उतरतात कधीकधी.''

''तसली पाखरं कुठली मिळायला? पार आत, तळ्याच्या मधल्या भागात बसतात. बाराच्या टप्प्याबाहेर.''

''लांब आला?''

''तपासाला आलो होतो. मुक्काम केला तळ्यावरच्या बंगल्यात. म्हणलं, चक्कर मारून बघावं, काही मिळतं का?''

साहेब उभ्यानं बोलत होते. तोवर बरोबर आलेल्या माणसांनी, खडेगोटे काढून जागा नितळ केली. एकानं आपल्या खांद्यावरचं धोतर चौपदरी करून अंथरलं. फौजदारसाहेब त्यावर टेकले. त्यांचा चेहराच सांगत होता की, माझ्या उद्योगासंबंधी त्यांना माहिती आहे.

पकुड्यांचं ओझं सांभाळत लोक अदबीनं दूर उभे होते. रामोशीच असावेत.

एकापाशी साहेबांची बंदूक होती. हुकूम सोडल्यासारखे साहेब बोलले, ''जा बंगल्यावर तुम्ही. पाखरं साफ करा. बंदूक सांभाळून न्या. यांच्याशी बोलून लगेच आलो मी.''

दोघंही कमरेत वाकले. हात जोडून त्यांनी पाठी फिरवल्या. सावलीला मी, साहेब आणि कुत्री उरलो.

या फौजदारसाहेबांना मी फार दिवसांपासून बघत होतो. आम्ही कुंडल गावी होतो, तेव्हा ते तिथं होते. उंचीनं सहा फूट आणि तालीमबाज. दंड चांगले पीळदार आणि छातीचं तकट रुंद. नेहमी झेंड्याच्या काठीसारखे ताठ असत. हा माणूस कुणाच्या बापालाही वाकणार नाही, असं त्यांच्या त्या ताठ चालण्यावरूनच वाटे. ओठावरच्या जाड मिश्यांनी, आधीच उग्रट असणारा त्यांचा चेहरा हिंस्रही दिसे. त्यांच्या साध्या बोलण्यालाही उर्मट दर्प असे. डोईला कडक आर दिलेला गुलाबी रंगाचा फेटा, अंगात पांढऱ्या शर्टावर चॉकलेटी रंगाचा वूलनचा कोट, खाली सुरेख नेसलेलं तलम दुटांगी धोतर आणि पायात चकचकीत पॉलिश केलेले ब्राऊन रंगाचे लेसवाले बूट, हा त्यांचा अगदी ठराविक पोशाख असे. बदल होई, तो फक्त सरकारी ड्रेसात असले म्हणजेच! तिखट उसळीवर हिरव्या मिरचीचे तुकडे पेरावेत, तशा त्यांच्या बोलण्यातून शिव्या पेरलेल्या असत. पुढं चांदीचा गट्टू आणि मागं चामड्याच्या वाद्या असलेली आखूड वेताची छडी नेहमी त्यांच्या हातात असे. आज ते पहिल्यांदाच शिकारी ड्रेसात मला दिसत होते.

नीतिकथा लिहिणारा ला फाँतेन म्हणतो, ''आपण सलाम करतो, तो ड्रेसाला, आतल्या अडाणी इन्स्पेक्टरला नव्हे.''

गुन्हेगाराला राक्षसी पद्धतीनं ठोकून काढण्याबद्दल या फौजदारसाहेबांनी फार नाव कमावलं होतं. मिरचीची धुरी देणं, तांबडी चटणी वापरणं, दांडूचा उपयोग करणं असले काही खास उपाय, गुन्हेगारानं तत्काळ कबुलीजबाब द्यावा, म्हणून ते अमलात आणत. त्यामुळे नवखे गुन्हेगार त्यांच्यासमोर उभे राहिले की, धोतरं ओली करत.

रेड्यानं फुत्कार करावा, तसे एकदम साहेब बोलले, ''खुशाल उघड राहाताय म्हणा की तुम्ही?''

बोलताना त्यांचे ओठच नुसते हलले नाहीत. चेहऱ्यावरचे, गळ्याचे स्नायूही हलले. मनाची भक्कम तयारी असूनही माझं काळीज पिंपळपानासारखं हललं.

त्यांच्या या प्रश्नार्थक वाक्यावर काही उत्तर न देता मी माझा चेहराही प्रश्नार्थक केला.

मग त्यांनाच पुढं खुलासा करावा लागला.

"आमच्या कचेरीला कॉन्फिडेंशियल आलं होतं."

यावरही मी उत्सुकता दाखवली नाही. निगरगट्ट राहिलो.

"आम्ही दिलं परत लावून. सदर नावाचा कुणी इसम, सदर गावी तपासाअंती आढळला नाही, म्हणून!"

बाप रे! म्हणजे पोलीस खातं माझ्या मागावरच होतं तर! देवालयावर दरोडा घातलेल्या अठरांपैकी सोळा त्यांच्या हाती लागले होते आणि त्यांच्यावर आरोप ठेवून खटला चालू होता. पण याचा अर्थ मी कायमचा सुटलो, असा नव्हता. कुठंही गेलो तरी माझा पाठलाग होणारच होता आणि मला गुन्ह्याबद्दल शिक्षा होणारच होती. आमचा गुन्ह्यामागचा हेतू केवढाही उदात्त असला, तो राजकीय कार्यासाठी केलेला असला, तरी गुन्हाच होता. सरकार आम्हाला सोडणार नव्हतं.

साहेब पुढं बोलले, "तुमचे वडील, थोरले बंधू, आईसाहेब – सगळेच माझ्या माहितीचे आहेत. विठ्ठलपंत फार सज्जन माणूस. सगळं घरच चांगलं. मी म्हटलं, अशा घरातला कोवळा पोर माझ्या हातनं जेलमध्ये जायला नको."

आता मात्र बोललं पाहिजे, असं वाटलं. बोलणं भागच होतं.

"मेहरबानी! पण कुठल्या बाबतीत चौकशी होती, काही कळलं का?"

साहेब माझं बारसं जेवले होते. म्हणाले, "कमिशनर, सी.आय.डी., क्राईम ब्रँच, मुंबई इलाखा यांच्या कचेरीकडनं कागद आला होता. तुमचं संपूर्ण नाव, गाव, जात सगळ्या खाणाखुणा. रंग असा, उंची तशी, डाव्या डोळ्यावर वर खूण आणि पुढं म्हटलेलं, 'सदर इसम सरकारविरोधी विध्वंसक कारवाया करणार असून, नुकत्याच घडलेल्या एका गंभीर गुन्ह्याच्या संदर्भात हवा आहे. त्याला तत्काळ अटक करून, या कचेरीला खबर द्यावी.' "

विजेचा लहानसा धक्का बसताच सगळ्या शरीरातून एक शिरशिरी जाते, तशी माझ्या पाठीच्या कण्यातून गेली. म्हणजे केवळ दैव बऱ्यावर, म्हणूनच त्या दिवशी मी सायकलवर होतो आणि पोलिसांच्या पायांत खास वहाणा होत्या. मी वाचलो होतो. गेले सहा-सात महिने केवळ अज्ञानाच्या वरदानामुळेच हिंडत फिरत होतो. जेवत होतो, झोपत होतो. फिरून उठत होतो. ईश्वरी कृपाच होती.

फौजदारांनी खुलासा केला, "एरवी आम्हाला तरी जमलं असतं, असं नाही; पण आपलं हे स्वतंत्र संस्थान आहे, या हद्दीत शिरून कुणाला अटक करता येत नाही, ब्रिटिश हद्दीतील पोलिसांना. जे व्हायचं, ते आमच्यातर्फेच व्हावं लागतं."

मी स्पष्ट शब्दांत भोसलेसाहेबांचे आभार मानले, तर तो कबुलीजबाबच होईल, याची मला पक्की जाणीव होती. फील्डमार्शल बाडनं मला थोडंसं सूचित केलं होतं

की, या देशव्यापी चळवळीला प्रत्यक्ष पाठिंबा देता आला नाही, तरी सहानुभूती दाखवत राहायचं, असं संस्थानचं धोरण होतं आणि तशा सूचना महत्त्वाच्या अधिकारीवर्गाला दिल्या गेल्या होत्या. पण हे सगळं खरं धरून मी गहाळ का राहावं?

फौजदारसाहेबांच्या खुलाशावर मी गंभीरच राहिलो.

ज्यानं आपल्या खांद्यावरचं धोतर फौजदारसाहेबांना बसण्यासाठी अंथरलं होतं, तो माणूस तळ्याकडील डगरीवरून खाली उतरताना दिसला, तेव्हा साहेब जाण्यासाठी उठून उभे राहिले. मीही उठलो. संदेश द्यावा, तसे साहेब मला म्हणाले, ''जपून असा. सगळ्या वेळा सारख्या नसतात.''

– आणि पाठ फिरवून ताठ चालत ते डगरीकडं गेले.

त्यांच्यामागोमाग कुत्री उठली. अंगाला तणावा देऊन मग उड्या घेत धावली.

धोतर गोळा करायला तो माणूस झाडाखाली पोहचण्याआधीच मीही उठून घरचा रस्ता चालू लागलो.

हरणी नाहीशी झाल्यापासून मला रानातलं फिरणं म्हणजे मिठावाचून अन्न वाटू लागलं होतं. एरवी ती असती, तर तळ्याच्या काठी तिला चरणी लावून, पाण्यात पडलेलं आभाळाचं प्रतिबिंब बघत, काठाकाठानं हिंडत, पाखरांची गाणी ऐकत आणि पाण्यावरून आलेला वारा खात मी संध्याकाळपर्यंत सहज थांबलो असतो. आपल्या नेहमीच्या मानवी परिवारापासून दूर गेल्यावरच आपला इतर परिवार आपल्याला भेटतो आणि त्याचा पसारा ध्यानी येतो. आपली सगळी नातीगोती माणसांपुरतीच मर्यादित का असावीत?

परतीच्या वाटेनं मी उलटसुलट नाना विचार करून पाहिले. मनाचे सगळे कोनेकोपरे तपासले आणि दोन निर्णय घेऊन टाकले.

एक म्हणजे यापुढं गावात राहून आयुष्य धोक्यात घालायचं नाही आणि वायाही दवडायचं नाही. इथून बाहेर पडायचं. आपला ग्रुप मिळाला नाही, तरी प्रतिसरकारच्या ग्रुपमध्ये सामील व्हायचं. त्यांचा जो कार्यक्रम आदर्श वाटेल, त्यात मन:पूर्वक भाग घ्यायचा. पुढं तुरुंग, गोळी, मारहाण – जे वाट्याला येईल, ते पत्करायचं. यातच कामी आलो, तर देहाचं सार्थक आहे.

दुसरं, प्रतिसरकारमध्ये जाण्यासाठी कचरू पाटलांची पुन्हा मदत घ्यायची.

एवीतेवी माझ्यावर वॉरंट आहेच, मग केवळ दडून राहून काय साधेल?

वयाच्या विशीपर्यंत मरण हे काव्य असतं, पन्नाशीनंतर ते उदास असं गद्य होतं.

सातपाटीला शनिवारी आठवडा-बाजार भरे.

आमच्या गावचे बरेच लोक शनिवारी दुपारी बाजाराला जायचे. बहुतेक लोक पायी पायी जात. काही सायकलींवरून, काही बैलगाडी घेऊन जात. घोडी आता गावात फारशी नव्हती. तिघाचौघांकडेच होती. एक शिरादआबा मोमिनाचं, एक मारुती शिंप्याचं आणि एक सखाराम पाटलाचं. बाजारला काही ओझं न्या-आणायचं झालं, तरच घोडी जात. हातमागावर विणलेलं कापड लादून मोमिनाचं घोडं बाजाराला जाई. वर म्हातारा शिरादआबा बसलेला असे. काळाकरंद रंग आणि या कानापासून त्या कानापर्यंत अशी पिकून पांढरी झालेली दाढी, यामुळे घोड्यावर कुबड काढून बसलेला म्हातारा शिरादआबा वानरासारखा दिसे.

दुपारी अकरा, साडेअकराला निघायचं. दोन-एक तासांत बाजारात पोहचायचं. तीनच्या सुमाराला बाजार चांगला बहराला यायचा. लुगड्यांचे आणि फेट्यांचे रंग, मिरचीचा आणि जुन्या गुळाचा वास, विक्रेत्यांच्या आरोळ्या आणि गिऱ्हाईकांची गवगव, रेटारेटी आणि बाचाबाची असा एकच गदारोळ तास, दीड तास व्हायचा. पाचला बाजार फुटायला सुरुवात व्हायची. या दोन तासांत काय विक्री करायची, काय खरेदी करायची; ती करायची, परवडेल तेवढी चैनचमन करायची आणि अंधार पडायच्या आत आपापल्या गावाकडं परतायचं, असा रिवाज होता. कुणबी होते, ते गहू, ज्वारी, कडधान्ये, मिरची, शेंग असला माल विकायला नेत. माल जास्ती असला, तर बैलगाडीतनं, एवढा-तेवढा असेल, तर डोक्यावरनं. परत येताना साखर, मीठ, तेल, कापडचोपड, वहाणा, दोर, भांडी असला माल आणत. हातावर पोट होते ते शेतमजूर, मध्यमवर्गातले लोक पायीपायीच बाजाराला जात. कोणी कोंबड्या, कोणी अंडी, कोणी तूप, तर कोणी कोकरं बाजारात मांडत आणि आठवडाभर पुरेल एवढं वाणसामान – म्हणजे तेल, गूळ, तांदूळ, डाळ, सौदा,

पोरांना खाण्यासाठी केळी, पेरू, गुडदाणी, गोडीशेव असला बाजार घेत. परत येताना डोक्यावर ओझं, हातात बाटल्या वागवत, एकमेकांशी बोलत वाट ओसरे.

शनिवारचा बाजार एरवीच्या ओढगस्तीच्या जीवनात रंगीत दिवस असायचा. खरेदी-विक्रीखेरीज आणखी काही नाजूक, रांगडा सौदा बाजाराच्या निमित्तानं व्हायचा.

एका शुक्रवारी यमू म्हणाली, ''मला सूत घालायला खादी-भांडारात जायचं आहे या शनिवारी, येतोस सोबत?''

कल्पना काही वाईट नव्हती. कधीतरी जाऊन कचरू पाटलांना भेटणं आवश्यक होतं. मी उगीचच अळमटळम करत होतो. काही न करता असं किती दिवस राहायचं? पुढचं काही बघायला पाहिजेच होतं.

म्हणालो, ''जाऊ. मला काही खास असा बाजार करायचा नाही; पण सहज म्हणून येईन.''

माझ्या होकारानं यमू फारच आनंदली असावी.

म्हणाली, ''लवकर निघू – उन्हाच्या आत आणि उन्हं उतरल्यावर सावकाश येऊ माघारी – रमतगमत!''

''चालेल.''

खादी भांडारात माझं काम आहे, हे मी मुद्दामच बोललो नाही. हातचा राखून बोलणं हा आता स्वभावच झाला होता.

शनिवारी दहा-साडेदहाच्या सुमारालाच डोक्यावर पदर आणि हातात सुताच्या लडींनी भरलेली खादी पिशवी घेऊन यमू आमच्या घरी हजर झाली.

आई म्हणाली, ''ऊन फार आहे रे बाबा. डोक्याला टोपी असू दे. आणि काय गं यमू, आज आई नाही का जात? तुझ्याकडं बरा आला बाजार?''

''अहो वयनी, आज मीच्च म्हणाले तिला, 'नको पायपीट करूस. मला सोबत आहे राजाची, मी जाते.' दर शनिवारी तिनंच बापडीनं का जायचं?''

''खरंच गं बाई. उसंत नसते तिला. मधमाशीसारखी खपत असते नुसती.''

आम्ही जायला निघालो, तेव्हाही आईनं सूचना दिलीच, ''परत फिरायला अंधार करू नका रे. काळोखी रात्र आहे. चांदणं नाही. दिवसाउजेडी गावात पोहचू, अशा हिशेबानं निघा हं.''

''बरं, बरं.'' म्हणून आम्ही निघालो.

बाजाराच्या वाटेनं अजून रीघ लागलेली नव्हती. एखादी धान्याच्या पोत्यानं

भरलेली बैलगाडी, एखादं-दुसरं माणूस वाटेवर दिसत होतं.

गावची शीव ओलांडली. पांद ओलांडून गाडीरस्त्याला लागलो. आता दोन्ही बाजूंना रानं होती. लांबच लांब रानं. इतका वेळ माझ्यामागून चालणारी यमू, थोडी जलद चालून माझ्या शेजारी आली. म्हणाली, ''जरा हळू चाल, बाबा. नाही तर मला सारखं पळत राहावं लागंल.''

बैलगाड्या जाऊन जाऊन वाटेवर चाकोऱ्या उठल्या होत्या. एक चाकोरी धरून मी चालायला लागलो. दुसऱ्या चाकोरीनं ती चालायला लागली.

मग म्हणाली, ''बरं वाटलं बघ. घरात असले की, तुरुंगात आहे असं वाटतं!''

''का? एवढा कुणाचा पहारा असतो तुझ्यावर?''

''काकांचा आणि त्या बयेचा – विठाबाईचा!''

''का?''

''आता का! आधीच संशयी स्वभाव काकांचा. संशयी आणि धूर्त. चोवीस तास खलबत्त्यात पान कुटत घरात बसायचं. उद्योग नाहीच दुसरा. मग दोघांची नजर सारखी माझ्यावर. घराबाहेर निघाले की, विचारायचं, 'कुठं निघालीस?' सांगावं काही, 'जाते जरा पाटलाच्या तंगव्वाकडं'; तर लगेच चौकशी, 'कशाला?' आपण म्हणावं, 'सहज बोला-बसायला', तर 'तिच्याशी काय एवढं बोलण्यासारखं असतं?' अरे, तुला खरं नाही वाटायचं, पण ही विठाबाई, मी घराबाहेर पडले की, आपणही पडते. मी कुणाच्या घरी जाते, किती वेळ बसते, वाटेत कुणाशी हसते, कुणाशी बोलते – या सगळ्यांवर बारीक लक्ष असतं हिचं. पायांत बेड्याच नाहीत तेवढ्या, नाहीतर कैद्यात आणि माझ्यात काही फरक नाही बघ.''

'' – आणि तुझी आई सगळं खपवून घेते?''

''ती रे बापडी काय बोलणार? मोठा दीर हा. कुटुंबातला कर्ता. अजून वाटण्या नाहीत जमिनीच्या. सगळे व्यवहार त्यांच्या हातात. आणि ती नणंद अशी. सगळं दैवानं हिरावून घेतल्यामुळे धर्माची गाय आश्रयाला आलेली. तिला उलटून बोललं की, भाऊ दुखावणार. तोंड दाबून बुक्क्यांचा मार, अशी स्थिती आहे माईची.''

''म्हणजे तुम्ही दोघेही कैदेतच!''

''हो. तिची कैद वेगळी, माझी वेगळी. पण कैदच! माझ्यावर सारखी नजर. का, तर मी वयात आले म्हणून! त्यांना सारखी भीती वाटते की, ही कुठंतरी जाईल आणि शेण खाईल. सगळ्यांच्या तोंडाला काळं फाशील. म्हणून मी गोशा घेऊन वावरावं. सकाळी तोंडाला तोंड दिसत नाही, तोवर बाहेर जाऊन यावं आणि पुन्हा, सोबत भाऊ, आई किंवा ही बया असल्याशिवाय घराबाहेर पडू नये. कुणाकडं जाऊ-येऊ नये. पुरुष माणसांशी बोलू नये. फिदीफिदी हसू नये.''

''कठीण आहे. मग आज बरी तुला बाजाराला जाऊ दिली.''

"त्यांना माहीत कुठाय! मी आईला सांगून गुपचूप बाहेर पडले. आता, चवकश्या करून तिचं डोकं खातील दिवसभर."

"माईला काय सांगितलंस?"

"तिला नाही कधी संशय येत माझा. मी म्हणाले, 'सूत घालून येते भांडारात,' तर म्हणाली, 'सोबत गं कुणाची?' मी म्हणाले, 'आहे वरलीकडचा राजा.' मग म्हणाली, 'बरं.' "

आता बोलता बोलता यमूची चाकोरी सुटली होती. माझ्या अगदी शेजारनं ती चालत होती. चालत चालत बोलायचं असल्यामुळे तिला पायाखाली बघावं लागत होतं आणि माझ्या चेहऱ्याकडंही!

माझ्या चालीशी बरोबरी करण्यासाठी तिला पाऊल भराभर उचलावं लागत होतं.

मधेच उभी राहून पदरानं गळा पुशीत म्हणाली, "थोडा सावकाश चाल की! असा काय पळतोयस, वाघ मागं लागल्यासारखा!"

मी वरमून सावकाश पावलं टाकू लागलो.

यमू गावरान, उफाड्या बांध्याची अशी होती. मागून-पुढून भरलेली. नाकीडोळी ठसठशीत. तिचा रंगही देशस्थाला न शोभणारा – तांबूसगोरा होता. जाडंभरडं खादीचं नऊवारी पातळ चापून-चोपून नेसल्यामुळे सगळे उठाव नजरेत भरत होते. तिच्याच शिणेचा असलो, तरी मी पुरुष होतो. त्यामुळे तिची उंची माझ्या खांद्यापर्यंत होती. चालता चालता तिचा गोल, पुष्ट स्पर्श माझ्या उजव्या मांडीला झाला.

...आणि क्षणभर माझं सर्वांग, पालथा पंजा फिरवताच मोरपीस पिंजारून उठावं, तसं तरारलं.

अस्पष्टसा चीत्कारही माझ्या ओठांतून बाहेर पडला असावा. कारण तिरप्या नजरेनं तिनं माझ्याकडं पाहिलं.

आता गावापासून आम्ही चांगले दीड-दोन मैल आलो होतो. मग थांबून तिनं विचारलं, "जांभळं खाऊ या का?"

माझा चेहरा प्रश्नार्थक झाला. वाटचालीचा कंटाळा घालवण्यासाठी येताना हिनं ओच्यातनं जांभळं आणलीत का काय?

"कधी आला नव्हतास लहानपणी इकडं? ही आमची सातकी. शंकरदादा बिचारा मरून गेला आणि त्यानं हौसेनं लावलेली मुटक्या जांभळांची विहिरीशेजारची झाडं आता केवढी वाढलीत? काय जांभळं येतात त्यांना! मुठीमुठीएवढी! बघ तरी. ये."

मी होय, नाही म्हणायच्या आत ती उजवीकडं वळून चालायलाही लागली.

काळ्या भुसभुशीत रानातून तिची पावलं उठत गेली. दहा-वीस पावलं गेल्यावर तिनं वळून मागं पाहिलं. मग मात्र बाजाराची वाट सोडून मीही रानात शिरलो. तिच्या खुणांवरून पावलं टाकत.

मी जवळ येताच चक्क माझ्या डोळ्याला डोळा देऊन तिनं विचारलं, "त्या दिवशी लिंबोळ्यांच्या बियांची पिशवी डोक्यावर घेऊन मी पाठमोरी झाले, तेव्हा कुठं रे बघत होतास?"

तिच्या धिटाईनं मी क्षणभर गप्प झालो.

"कुठं म्हणजे?"

मान वेळावून म्हणाली, "चल! तू पुढं हो बघू. मी मागनं येते तुझ्या!"

एक काळी पट्टी ओलांडली. बांध ओलांडला, दुसरी पट्टी ओलांडली आणि थोडी लवणात असलेली, ओढ्याला काटकोनात असलेल्या विहिरीच्या तालीवर जोमानं वाढलेली, हिरवीगर्द, डेरेदार जांभळाची झाडं दिसली.

आमची चाहूल लागताच पोपटांचा थवा कोलाहल करत आभाळात भरारला.

जांभळीच्या थंडगार छायेत येताच यमू धबालदिशी हिरवळीवर बसली आणि जमिनीवर लोळण घेत म्हणाली, "आई गं! किती बरं वाटतंय!"

जांभळीच्या रुंद काळसर हिरव्या पानांतून निळ्याकाळ्या फळांचे घोस लोंबत होते, पण ते हाती येण्यासारखे नव्हते.

पोपटांनी, धनछड्या पाखरांनी खाता खाता काही जांभळं खाली पडली होती. काही पिकून, अंगच्या ओझ्यानंच देठांपासून सुटून जमिनीवर आपटली होती. उन्हातून चालल्यामुळे सुकलेल्या तोंडात टाकण्यासाठी मी बरी जांभळे वेचू लागलो, तशी यमू म्हणाली, "अरे, खालची काय वेचतोस, वेड्या! जांभळ आपलीच आहे, लोकाची नव्हे. वर चढ."

मग उंच वर चढून मी एक लहडलेली फांदी हेरली आणि एका हातानं बुंधा वेढून, समोर लोंबणाऱ्या घोसातलं सर्वांत मोठं – पिकून तकाकणारं लठ्ठ जांभूळ तोडून तोंडात घातलं. रसानं चळकन तोंड भरलं.

आंबूस-गोड रस, मग गीर, मग नुसतीच बी चोखून-चोखून घेतली. स्वाद, गंध, आणि स्पर्श या तिन्हींचा एक मेळ झाला. गाभुळलेली चिंच, झाडावरचं पिकलं बोर आणि जांभूळ जिभेला सुख तर देतंच; पण तुमच्या सगळ्या शरीरालाही एक सूक्ष्म शिरशिरी आणतं.

अधाश्यासारखी मी एक, दोन, चार, सहा जांभळं खाऊन घेतली आणि मग घोस तोडून खाली यमूला टाकावा, म्हणून बघितलं, तर खारीप्रमाणं बुंधा चढून ती

वर आली होती. जाड फांदीवर पाय सोडून बसली होती. जांभूळ-भरल्या तोंडानं वर माझ्याकडं बघत ती म्हणाली, ''आता मनसोक्त खा वरच. खाली टाकायची गरज नाही. मला झाडावर चढायला येतं बरं!''

एवढं बोलून तिनं तोंडात साठलेला रस आत घेऊन आवाज केला.

''हं? आणि बाजार गं?''

''जाऊ सावकाश!''

निळ्या-जांभळ्या जिभा करून आम्ही बाजाराला पोहोचलो, तेव्हा तिसरा प्रहर झाला होता.

दोघेही आधी भांडारात गेलो.

यमू सुताचा व्यवहार उरकत होती, तोवर आत जाऊन मी कचरू पाटलांच्या समोर उभा राहिलो.

स्वच्छ खादीची टोपी, बंद गळ्याचा पांढरा शर्ट आणि खानदेशी पद्धतीनं काचा मारून नेसलेलं खादी धोतर — असे सडसडीत बांध्याचे, काटकोळे कचरू पाटील मला बघताच डोळे विस्फारून म्हणाले, ''अरे, तु...म्ही?''

बोलताना थोडे अडखळत, तटत बोलण्याची सवय पाटलांना होती. संशयित नजरेनं त्यांनी आजूबाजूला बघितलं. एकांत मिळावा म्हणून मला घेऊन ते अगदी आतल्या दालनात गेले. तिथं गादी, लोड, समोर डेस्क होतं. हाताला धरून त्यांनी मला गादीवर बसवलं आणि अगदी खासगी आवाज काढून विचारलं, ''तुम्ही इकडं कधी आलात?''

''गावी आलो आमच्या, त्याला तीन-साडेतीन महिने झाले; पण मुद्दामच बाहेर हिंडलो नाही.''

''आपले सगळे लोक आत गेले, हे कळलं का?''

''मीही जात होतो, पण निसटलो.''

''कृपा प्रभूची! त्यांना फार मारहाण झाली म्हणे, हो.'' क्षणभर गप्प होऊन पाटील पुढं म्हणाले, ''आपले डॉक्टर, पी. सी. आणि धाकटा पहिलवान आणि जहांगीर पार अधू करून टाकले पोलिसांनी मारानं. पायाच्या तळव्यांवर दांडूनं मारलं. तो रजपूत टॅक्सीवाला माफीचा साक्षीदार झाला. तुम्ही वाचता ना पेपर''

''मला पुढचं काही माहीत नाही. आमच्या गावी पोस्ट नाही. वर्तमानपत्र येत नाही.''

''सुखी आहात. मी खटल्याची हकिकत रोज वाचतो आणि फार व्यथित होतो. केवढे गुणी लोक हे सगळे, आता त्यांची सहा-सात वर्षं जेलमध्ये जाणार....!''

कचरू पाटलांनी भराभर खटल्याची हकिकत मला ऐकवली. वर्तमानपत्रांतून, जाणाऱ्या-येणाऱ्यांकडून त्यांना बऱ्याच बातम्या कळल्या होत्या. ही धरपकड झाल्यावर त्यांनाही आमच्या ग्रुपपैकी कोणी भेटलेले नव्हते. सगळी भूमिगत संघटना विस्कळीत झाली होती. बऱ्याच मोक्याच्या ठिकाणी छापे पडले होते. लोक पकडले गेले; तसे अनेक महत्त्वाचे कागदपत्र, मुद्देमाल, पैसे पोलिसांच्या हाती पडले होते. पानिपत झालं होतं.

मी कसा सापडत होतो, कसा पळालो, गावापर्यंत कसा पोहचलो, ही सगळी हकिकत मी त्यांना सांगितली. डोळे विस्फारत, जीभ चावत, गालांवर मारून घेत त्यांनी सगळं ऐकलं. म्हणाले, "दैवच बरं, हो. नाहीतर फार भोगावं लागलं असतं तुम्हाला!"

यमू बाहेर वाट बघत असेल, म्हणून मी कचरू पाटलांना, 'हा आत्ता आलोच हं' म्हणून बाहेर आलो, तर व्यवहार संपवून आढ्याकडं बघत ती बाकावर बसून जांभई आवरत उठली.

"जायचं?"

"मला काही विशेष काम नाही बाजारात. तू जाऊन ये. मी इथंच थांबतो. तासाभरात येशील?"

"हो, येते. पण मी आल्याशिवाय निघू नकोस हं."

"छे, निघेन कसा एकटा? तू बाजार उरकून ये लवकर."

यमू गेली. मी पुन्हा आत आलो.

कचरू पाटलांना सगळी कल्पना दिली. मी याच गुन्ह्यात होतो आणि माझ्यावर वॉरंट आहे, याची काही कल्पना या आधी त्यांना नव्हती.

पाटील गंभीर झाले. मी गुंतला गेलो आहे हे कळताच, खटला अगदी भांडाराच्या उंबऱ्या आत आला, असं त्यांना वाटल्याचं दिसलं. सचिंत होऊन बोलले, "मग तुम्ही असे उघड, आपल्या गावी आपल्या घरात राहू नका. बाहेरगावी जाऊ, येऊ नका. काळजी घ्या. सर्वांनी आत जाऊन कसं चालणार? चळवळ थंड होईल."

"ते मलाही मान्य आहे, पण मी जाऊ कुठं? कुणाचाही पत्ता लागत नाही. नेहमीच्या पत्त्यावर पत्रं टाकली, तर उत्तर येत नाही. पत्रही तिकडं, उत्तरही तिकडं."

"साहजिक आहे. तुमच्यापाशी पत्ता असणार, तो तिऱ्हाईत अशा एखाद्या दुकानाचा, कंपनीचा. ही माणसं प्रत्यक्ष चळवळीत नसतात. बेताची सहानुभूती

तेवढी त्यांना असते. धरपकड झाली म्हणताच तेही घाबरून जातात. नको ती भानगड, म्हणून गप्प राहतात.''

''खरं आहे. तीन नेहमीचे पत्ती मी वापरले. एक कोल्हापूरचा, एक सांगलीचा, एक मिरजेचा. तुम्ही म्हणता, तसेच पत्ते होते, पण काही कळलं नाही.''

काही क्षण विचार करून पाटील म्हणाले, ''तुम्ही सातारा ग्रुपला, म्हणजे प्रतिसरकारला मिळता का? तिथं काम करायला खूप वाव आहे. त्यांच्यापुढं मोठा कार्यक्रम आहे.''

''माझी तयारी आहे. पण त्यांनी विश्वास ठेवून मला आत घेतलं पाहिजे ना?''

''ते मी पाहतो.''

''पाहा. मी तयार आहे.''

''तुम्ही एक-दोन आठवडे जपून राहा. तोपर्यंत मी तुम्हाला कुठं पाठवायचं, कुणाला भेटायला सांगायचं, ते सगळं निश्चित करतो.''

''तसा मला निरोप द्याल माझ्या घरी? का मी पुन्हा येऊ –''

''तुम्ही नका येऊ. मी निरोप पाठवतो.''

भांडारात बसून मी यमूची बरीच वाट पाहिली. तिचा पत्ता नव्हता. असा उशीर झाला आणि अर्ध्या वाटेवर अंधार झाला, तर ठेचा खात जावं लागणार, म्हणून मी काळजीत पडलो. काहीतरी अडचण आल्याशिवाय यमूला एवढा उशीर लागणार नाही. काय अडचण आली असेल? भाजी, अंडी, कोंबड्या, धान्यधुन्य घेऊन आमच्या गावचे अनेक लोक बाजाराला येतात. बायाबापड्याही येतात. यमू तशी, आपण बरं, आपलं घर बरं, अशातली पोर नव्हती. होलार, महार, रामोशी, कुणबी अशा सगळ्या जातींतल्या पोरी, प्रौढ बाया तिच्या ओळखीच्या होत्या. कुणाला 'व्हंजी', कुणाला 'आत्ती' म्हणून तिनं नाती जोडलेली होती. अशांपैकी कुणी लोभातल्या दोघीतिघी भेटल्या असतील आणि त्यांनी, 'चल आमच्या संगती,' म्हणून गळ घातली असेल, तर ती घोळात पडली असणं शक्य होतं. त्या आर्जवी लोभातून सुटका करून घेणं आणि इकडं येणंही तिला अवघड जाणार, असा विचार करत मी भांडाराच्या पायऱ्यांवर बसून होतो, तोवर दाणदाण एक बैलगाडी दाराशी येऊन थांबली. हिरवागार रेशमी पटका आणि पांढराफेक सदरा घातलेला, ग्रामीण चित्रपटात हीरो शोभावा, असा गोरा, नाकेला, तरतरीत पोरगा गाडीवान होता. गाडीची बैलंही कोसी, खिलार जातीची, मस्तवाल वशिंडांची होती. गाडी रिकामीच होती. कुणी एक नाकेली, मोठं कुंकू ल्यालेली म्हातारी आणि सहा-सात वर्षांची परकरी पोर तेवढी बावखाड धरून गाडीत बसलेली होती आणि यमू. हीरोनं कासरा ओढून धरताच बैल फुस्कारत थांबले आणि यमू गडबडीनं खाली उतरून माझ्याकडं आली.

"अरे, आमच्या वाटेकऱ्याची गाडी आलीय. ते लोक भेटले. म्हणाले, 'कशाला पायी जाता? गाडी रिकामीच आहे, चला.' मी म्हणाले, 'परस्पर कशी जाऊ? हिकडं तू वाट बघत असशील.' चल. जाऊ आता गाडीतनंच."

मी थोडा घोटाळलो.

"गाडीत तर वाटेकऱ्याची बायका-मुलं दिसतात."

"म्हातारी आहे आणि तिची नात. गाडीवर आहे, तो आनंदा. आमच्या वाटेकऱ्याचा मुलगा. तुला गावातली माणसंसुद्धा माहीत नाहीत. चल, येतोस ना?"

मला काही त्या बैलगाडीतून जावं वाटलं नाही.

म्हणालो, "तू हो पुढं. मी गाठतो तुम्हाला वाटेत."

माझा नाखुशीचा स्वर यमूनं ओळखला असावा.

"तसं कसं? मी आणलंय तुला सोबत म्हणून आणि गाडी बसायला मिळाली, म्हणून एकटी जाऊ?"

यमू गाडीतनं जायला जास्ती उत्सुक आहे, याचा मला कुठंतरी वास आला. म्हणालो, "एकटी का? तुमची गाडी ओढ्यापलीकडं जाती ना जाती, तोवर मी मागं आहेच. फक्त जरा बाजारपेठेकडनं येतो. तू जा पुढं."

"शप्पत?"

"शप्पत."

यमू गाडीत जाऊन बसलीसुद्धा.

गाडी दिसेनाशी झाल्यावर मी सावकाश उठलो आणि चालू लागलो. सणक्यानं पाय उचलले, तर अंधाराच्या आत गावात पोहचणं मला काही अवघड नव्हतं. गाडी वाटेकऱ्याची आणि आग्रह यमूचा. 'आयजीच्या जिवावर बायजी उदार. गाडीबरोबर नळ्याची यात्रा.' छे, मला नको ती गाडी!

बाजारपेठेत जाऊन वाण्याच्या दुकानातनं मी चहा, साखर, काड्याच्या पेट्या, उदबत्ती, नारळ असलं आईनं सांगितलं होतं, ते काहीबाही सामान खरेदी केलं आणि पिशवी पाठीवर टाकून वाटेला लागलो.

ओढा, पांदीची लांबलचक वाट पार करून उमाठ्यावर आलो. संध्याकाळची कोवळी उन्हं रानावर पडली होती. वारा सुटला होता. आभाळात चंडोल शिळा घालीत होते. गठली वागवत परतणारे बाजारकरू बैलगाड्या, एखादं-दुसरं घोडं दूरवर दिसत होतं. यमूची गाडी काही मला जवळपास दिसली नाही.

मोठमोठ्या ढांगा टाकत निघालो. पायी प्रवास काही नवीन नव्हता. थोडं कळतं

वय झाल्यापासून तो मी करत आलो होतो. दिवसाउजेडी वाटचाल सुसय होते, कारण जमिनीपासून वर आभाळापर्यंत, दिसणाऱ्या गोष्टी पुष्कळ असतात. त्यात मन रमतं. नाहीतर आठवणींची एखादी फिल्मपट्टी घेऊन बघत राहिलं की, वाट केव्हा ओसरली, हे कळतही नाही.

मी सांगलीचे दिवस आठवू लागलो.

मी चळवळीत सामील झाल्यावर सुरुवातीलाच मला सांगितलं गेलं की, सांगलीला काही दिवस राहायचं. संघटनेशी संबंधित अशी काही लहानसहान कामं येतील, ती जबाबदारीनं पार पाडायची. हा सुरुवातीचा आवश्यक असा सरावच होता. नव्यानं सामील झालेल्या कुणालाही तो करायचा असतो. मग ना ओळखीचा ना पाळखीचा, असा एक पटकेवाला सातपाटीपासून सांगलीपर्यंत, कधी पायी पायी, कधी जाणाऱ्या ट्रकला हात दाखवून तिच्यातून असा प्रवास करत माझ्या सोबत आला. कथई रंगाचा पटका बांधलेला हा पोरगा चांगला जवान होता. वडार, धनगर यांच्यात शोभावा असा. रंगानं ठार काळा, डोळे तांबारलेले. सदा हुप्प. वयानं तिशीच्या आतलाच. कोणी ऐकत नाही, याची खात्री करून एखाद-दुसरा शब्द माझ्याशी बोलायचा.

''तुमी मोकळं, का वारेंट हाय अंगाव?''

''काही नक्की सांगता येत नाही. असेल, नसेलसुद्धा!''

''नक्की बातमी?''

''चार आणे रुपयातली.''

''मग हाय, मग हाय.''

या उद्‌गाराचा अर्थ, ''असं? मग बरं आहे, ठीक.' असा घ्यायचा. याचा चेहरा सदा रागीट. दगडासारखा. कसलेच भाव त्यावर उमटायचे नाहीत. अंधाऱ्या गाभाऱ्यातल्या दगडी मूर्तीचा दिसतो, तसा चेहरा दिसायचा. काळा कुळकुळीत चेहरा आणि रुप्याचे डोळे.

''पिस्तूल मारता का?''

''अहं. बंदूक माहिती आहे. पिस्तूल अजून उडवलं नाही.''

''मी मारतो.''

या रांगड्यानं रिव्हॉल्व्हर मिळवलं कुठनं आणि याला ते चालवायला शिकवलं कुणी? सुतकी, घण, फार तर डहाळे-कुऱ्हाड, कुदळ असली हत्यारं वागवणारे याचे हात हे! याच्या हातात सहाबारी रिव्हॉल्व्हर आलं, तर ते त्या हत्यारासारखंच हा चालवणार.

काही एवढं-तेवढं बोलणं निघालं की, याच्या निर्वाणीचा उपाय एकच.

सहज म्हणायचा, “ठार करू की!”

पानतंबाखू खायचा. एकदा एकाग्रतेनं, चुन्याच्या डबीचं टोपण उघड्या मांडीवर दाबत बसला होता. मी विचारलं, “काय चाललंय, पैलवान?”

तर उत्तर, “पैसा उठूतोय!”

त्याच्या या निरागस उद्‌गारानं मी थक्क झालो. असला खेळ पाच-सहा वर्षांच्या पुढं खेडूत पोरसुद्धा खेळणार नाही. हा तत्त्वज्ञसुद्धा झाला असता.

प्रतिसरकारचा हा सैनिक मला सांगलीला घेऊन आला. वखार भागातल्या रणछोडजी दामजी या अडत दुकानात आलो. कपाळाला बुक्का लावलेले एक पन्नाशीचे गृहस्थ तिथं तक्क्याला टेकून बसले होते. त्यांच्या हवाली मला करून तो म्हणाला, “हितं ऱ्हायाचं.”

अडत दुकान म्हणजे नक्की काय, तिथं काय व्यवहार चालतो, याबद्दल मला काही माहिती नव्हती. दुकानाच्या मागल्या बाजूला लांबी जास्त रुंदी कमी अशी खोली होती. तिथं कोपऱ्यात मोरी, पाण्याचा माठ, तांब्या होता. लगेच मागलं दार. थोडी जागा. संडास. मागं उंच कंपाऊंडची भिंत. हे बरं होतं.

दुकानात गादीतक्क्यांची लांब बैठक. भिंतींना पिवडी दिलेली. बैठकीच्या पाठीमागं स्वस्तिक आणि ‘शुभ-लाभ’ ही अक्षरं केशरी रंगात रंगवलेली. भिंतीवर काही देवांची चित्रं. कमळात उभी राहिलेली देवी. बालाजी. काही कॅलेंडरं. त्यावर उड्डाण केलेला मारुती, एकावर रांगतं बाळ आणि एक ढेरपोट्या स्वामींची फोटोफ्रेम. स्वामींनी नुसती लंगोटी लावलेली. बाकी दुकानात दुसरा माल काही नाही.

याच गल्लीतनं सरळ असं पुढं जाऊन, सहा-सात दुकानं मागं टाकल्यावर ‘वीरशैव खानावळ’ होती. चार पायऱ्या चढून आत जाताच अन्नाचा वास आला. मिशा, शेंडी राखलेला, धोतर-कोपरी घातलेला खानावळीचा कोणी हणमा, याच्या ओळखीचाच असावा. त्याला कांद्याचा वास होता.

पहिलवान मला म्हणाला, “रोज हितं जेवन घ्याचं.”

एवढ्या माझ्या प्राथमिक गरजांची सोय लावून झाल्यावर मला रामराम करून पिस्तूलबाज शेमला झटकून जो गेला, तो आजतागायत पुन्हा दिसलेला नाही.

मी अडत दुकानात राहिलो. दोन्ही भिवयांमध्ये बुक्क्याचा गोल टिळा लावणारे ते गृहस्थ गळाबंद शर्ट आणि धुतलेलं धोतर नेसून सकाळी नवाला दुकानात यायचे. येताना आणलेला पुडीतला हार स्वामींच्या फोटोला घातला, एक उदबत्ती लावली, नमस्कार केला की, मांडी घालून गादीवर बसायचे. माझ्याकडं बघून चेहरा हसरा

करायचे. सुमारे एक वाजेपर्यंत ते समोरच्या रस्त्यावरून जाणाऱ्यायेणाऱ्या बैलगाड्या, माणसं, हमाल, ट्रक, कुत्री यांच्याकडं बघत वेळ काढायचे. मग एक किडक्या अंगाचं आणि किडक्या दातांचं पोर यायचं. ते गुजराथी वळणानं मराठी बोलायचं. ते पोर येऊन बसलं की, बुक्कावाले जेवायला जायचे. ते गेल्यावर गादीखाली दडवून ठेवलेलं, जुन्या वर्तमानपत्राचा पुठ्ठा घातलेलं पुस्तक काढून पोर नाकाला लावायचं. तक्क्याला टेकून वाचता-वाचता, घसरत घसरत अर्धं तक्क्याला, अर्धं गादीवर पसरायचं. मग त्याचे दोन्ही गुडघे उभे होत. कधी ते उघडायचे, कधी मिटायचे. पुस्तक भलतंच रंगतदार असावं. कारण ते वाचताना पोरगं आजूबाजूचं जग पार विसरलं आहे, असं वाटायचं. मधूनच कधी तिरप्या नजरेनं ते माझ्याकडं बघायचं. त्याच्या एकूण दिसण्या-वागण्यावरनं हे बेणं चांगलंच इब्लिस असावं, असा कयास मी पहिल्या चार-दोन दिवसांत बांधला.

तिसऱ्या प्रहरी, उंचीनं पोर दिसणारे पण, वयानं म्हातारे झालेले असे एक गृहस्थ यायचे. त्यांच्या डोळ्याला जाड भिंगांची चाळिशी असूनही ओळख नसल्यासारखे ते रोज माझ्याकडं बघायचे. दुकानाकडं, रस्त्याकडं, गादीकडं, माझ्याकडं – कुठंही बघताना त्यांच्या चेहऱ्यावर हाच भाव. अनोळखी! नव्या जागेत आल्यासारखे ते रोज आपल्याच दुकानात येत. त्यांच्या तोंडात दात नव्हते. खालचा जबडा रवंथ करणाऱ्या गुरासारखा सारखा हलायचा. त्यांच्या डोक्यावर मळकट काळी टोपी, अंगात रोज तोच ठराविक कोट आणि सोगा सोडून नेसलेलं धोतर असे. हे बहुधा दुकानात जे नाव होतं, त्यापैकी 'दामजी' असावेत. कारण ते पोर यांना फार भिऊन असे. ते आले की, तत्काळ हातातलं पुस्तक गादीखाली लपवावं आणि नीट सावरून, आज्ञाधारकपणे बसावं, असं त्याचं चाले.

दामजी उंदरासारखे गप्प बसत.

त्यांचे पेपरवेटसारखे डोळे पुन:पुन्हा माझ्याकडं वळत. मी इथं मुळीच दिसू नये, असं त्यांचं मत मला त्यांच्या तोंडावरच वाचता येई.

मग पोर हळूच उठून पसार होई. दिवेलागणीच्या वेळी बुक्कावाले येत. दिव्याचं बटण खाली करून बल्बला नमस्कार करत. मग दामजीशेठ, थकलेलं कुत्रं झोपेतून जागं होऊन घराबाहेर पडतं, तसे दुकानाबाहेर पडत.

रात्री नऊ वाजता अडत दुकान बंद होई. बुक्कावाले मुख्य दाराला कुलूप लावून जात. यानंतर माझा वावर मागल्या दारानं असे. त्याची कुलूप-किल्ली माझ्यापाशी दिली होती. दुकान सोडून मी फारसा बाहेर पडत नाही, हे बघून सकाळ-संध्याकाळ झाडलोट, सडापाणी करणारा दुकानाचा गडीसुद्धा माझ्याकडं संशयानं बघे.

वीर शैव खानावळीत मी बहुधा सर्वांत शेवटी जाणारा मेंबर असे. कोणी

फाजील चौकशी करायला नको, म्हणून मी उशिरा जाई. हातावरची ज्वारीची पातळ भाकरी, भाजी, आमटी, कोरडं मेतकूट असे प्रकार मोठ्या काशाच्या पितळीत वाढले जात. बसायला आणि ताट ठेवायला असे दोन पाट असत. भातात तूप आणि दूध वाढत. वाढपे आणि मेंबरही कानडी बोलत. लवकरच मला अन्न, हालू, उप्पिनकायि, मज्जिगे असले शब्द आणि साकु, बिडु, स्वल्प अन्न तगुन्ड री, हालु बेकु असली वाक्ये येऊ लागली.

एवढं रंगून जाण्यासारखं ते पुस्तक काय आहे, म्हणून एकवार मी गादीखालचं पुस्तक काढून पाहिलं. गुजराथी भाषेतलं ते 'अनंगरंग रतिशास्त्र' होतं. पद्मिनी, हस्तिनी, शंखिणी अशी स्त्रियांची, गुजराथी पद्धतीनं साड्या नेसलेली चित्रं होती.

या पोराच्या सर्व हालचाली शंकास्पद असत. थोडी भीड चेपल्यावर त्यानं मला सांगितलं की, 'या पुस्तकाच्या पुठ्ठ्यात आपण नोटा ठेवतो.' त्या त्यानं मला पुठ्ठा काढून दाखवल्याही. पुस्तकाच्या पुठ्ठ्यांत नोटा आणि पुस्तक गादीखाली ठेवलं की, पैसे सुरक्षित राहतात, असं त्याचं म्हणणं. हे साहजिकच होतं. बुक्कावाले एवढे धार्मिक आणि चिंतनात मग्न होते की, असल्या पुस्तकांचा त्यांना विटाळ झाला असता. मग त्याचा पुठ्ठा फेडून ते कशाला बघतील? दामजींना लवकर माणूस ओळखणं कठीण, तर ते अक्षरं काय वाचणार?

या चोरट्या निधीचा वापर पोर कोणत्या कामासाठी करत असेल, याचा अंदाजही मला आला.

मी दुकानात असताना एकदा हा मागच्या मोरीकडं गेला आणि परत आला, तो भयग्रस्त चेहऱ्यानं! सुतन्याच्या नाड्या बांधत-बांधत मला म्हणाला, "अभी मेरेकू पेशाब जामून जैसे रंगवाली हो गयी!"

जांभळ्या रंगाची लघवी. मी अवाक झालो.

मग त्यानंच चौकशी केली, "दव्याच्या गोळ्या घेतल्यावर होती का?"

मला काही अनुभव नव्हता. म्हणालो, "काही कल्पना नाही, बुवा."

मग विश्वासात घेऊन मला म्हणाला, "मला चोरून दवा घ्यावा लागतो."

"का?"

किडके दात काढून तो हसला. ओल्या वाळूवर पाय टाकताच उमटलेल्या पावलात पाणी जमावं, तसं चार वाक्यं बोलली की, त्याच्या तोंडात पाणी जमे. पुढचे शब्द डबक-डबक वाजत.

म्हणाला, "बायांकडं गेल्यामुळे मला आजार झालाय."

पेढीवरच्या या दिवसांतच एकदा मला कामगिरी आली. सायकलीवरनं मिरजेला

जायचं. बरोबर एक जड पिशवी जपून न्यायची. तिच्यात स्फोटक वस्तू आहेत, म्हणून ती खाली रस्त्यावर पडू द्यायची नाही किंवा तिच्यासह आपण सायकल घेऊन रस्त्यावर पडायचं नाही. मिरजेला अमुक गल्लीत, असा असा वाडा आहे. तिथं अमक्या-तमक्या वैद्यकीय महाविद्यालयात शिकणारी विद्यार्थिनी आहे. तिच्याकडे पिशवी पोहचती करायची आणि आपण सुखरूप परत यायचं.

नुकताच पाऊस झालेला होता.

रस्त्यावर फारच खड्डे होते किंवा खड्ड्याखड्ड्यांतूनच रस्ता काढलेला होता. शिवाय बैलगाड्या, ट्रक, म्हशी यांची तुफान रहदारी होती. ती जड पिशवी हँडलला लावून, सायकल चालवण्याची सर्कस करून पाहिली आणि ध्यानात आलं की, यात भलताच धोका आहे. खड्डे चुकवण्याची कितीही कसरत केली, तरी कुठंतरी तोल जाणार. रबरबीत चिखलावर टायर घसरणार आणि मी जोरात आपटणार.

रंग्या सोनकरच्या हातात असाच बॉम्बचा स्फोट झाला होता आणि वांगं भाजून निघावं, तसा तो भाजला होता. त्या आवाजानं आसपास बोंब झाली. लोक आले. हा रक्तबंबाळ, अंगावरच्या कपड्याच्या चिंध्या. लोकांनी उचलून सरकारी दवाखान्यात नेला. पंचनामा. अटक. खटला. आणि सहा वर्षांची सश्रम सजा. विज्ञानाचा पदवीधर म्हणून अभ्यासाच्या खोलीत बॉम्ब तयार करायचा प्रयोग करत होता.

सायकल हातानं ढकलत, खड्डे चुकवीत मी मिरजेला पायी आलो. घर शोधलं. काळीसावळी, उंच अशी मुलगी होती. आईच्या देखत तिनं हसून पिशवी घेतली. मला सरबत दिलं. ते एका दमात पिऊन मी सांगलीकडं सायकल दामटली.

दुसऱ्याच दिवशी रात्री मिरजेशेजारच्या एका पोलीस ठाण्यावर चार सशस्त्र चळवळ्यांनी हल्ला केला. आधी अंधाऱ्या रात्रीचा फायदा घेऊन त्यांनी धडधड सहा बार काढले. पोलीस बंदुका सावरून बाहेर येताच हुलकावणी दिली. पोलिसांनी दोघांचा पाठलाग केला. दरम्यान, दडून बसलेल्यांनी पुढं होऊन चौकीवर पेटते बोळे फेकले आणि चौकी जळून खाक झाली. हुलकावणी देणारे जागोजाग बार काढत पसार झाले. पोलीस तोबा, तोबा करून गप्प रायले.

पुढं बऱ्याच काळानंतर मला कळलं की, मी पोहचवलेल्या पिशवीतल्या स्फोटक पदार्थाचा उपयोग करून, आमच्याच लोकांनी हा धाडसी उद्योग केला होता आणि हे स्फोटक पदार्थ म्हणजे दिवाळीसाठी उडवण्याची दारू तयार करणाऱ्या

धंदेवाईक माणसाकडून रुपयाला डझन या भावात आणलेले आपटबार होते. अंजिराएवढ्या आकाराचे कागदाचे जड गोळे, कठीण जागी आपटले की, धाडकन बार होतो ते!

'वसवली सांगली, चिंतामणराये चांगली', असं जुन्या शाहिरानं म्हटलं आहे.

सांगलीच्या माझ्या मुक्कामाचा शेवट फार आकस्मिकरीत्या झाला. दुकानातला तक्क्या उशाशी घेऊन मी बैठकीवरच झोपलो होतो. मध्यानरात्री बाहेरचं कुलूप काढून बुक्कावाले आले. माझ्या उशाशी बसून हळू आवाजात हाका मारू लागले, "अहो पाव्हणे, अहो –"

माझी झोप सावध आहे. दार उघडल्याचा आवाज झाला, तेव्हाच मी जागा झाला होतो आणि कोण आहे याचा अंदाज घेत होतो. सुरुवातीला क्षणभर शंका येऊन गेली, चोरटे तर नाहीत?

हाका येताच मी आवाज ओळखला.

"काय हो?"

"तुम्ही इथनं जा. पोलिसांना पत्ता लागलाय."

"असं?"

"हो."

"कसा लागला? कुणाकडनं?"

"ठाऊक नाही. पण तुम्ही आता जा."

"कुठं जाऊ?"

"कुठंही! पण हे दुकान सोडा."

मी कपड्यांची पिशवी घेतली. चादर डोक्यावरून घेऊन खांद्यावर टाकली आणि मिरजेचा रस्ता धरला. स्टेशनवर येऊन दाखल झालो. बाकावर बसून रात्र काढली आणि पहाटे-पहाटे आलेल्या गाडीत बसून कोल्हापूर गाठलं.

पुन्हा सांगलीला जाण्याचा प्रसंग आलाच नाही.

गाव येईतोवर अंधार झालाच.

सोप्यातल्या सळईला कंदील टांगलेला होता.

मी आत पाऊल टाकताच आई म्हणाली, "किती उशीर केलास! एवढं काय काम निघालं?"

"काम काहीच नव्हतं, उशीर मात्र झाला."

माझ्या उशिरा येण्यामुळे आई फारच अस्वस्थ, रागावलेली दिसली. हे विशेष होतं.

एरवी एवढ्या तेवढ्या कारणानं रुष्ट होणाऱ्यांपैकी आई नव्हती. तिला काही तरी महत्त्वाचं सांगायचंही असावं. पण बाहेरून माणूस घरात शिरताच तोंड टाकणं योग्य नाही, म्हणून ती गप्प होती. थोडा वेळ गेल्यावर म्हणाली, ''माणूस परगावास्नं यायचं म्हणल्यावर अगदी घड्याळाचा काटा कसा साधणार? थोडं इकडं-तिकडं होणारच; पण म्हातारा घरी आला विचारायला!''

''कोण?''

''यमीचा चुलता. म्हणे, 'सकाळी बाहेर पडलीय. कधीही, अंधार झाल्यावर बाहेर राहात नाही ती. आज तुमचा मुलगा सोबत आहे म्हणे तिच्या. अजून दोघं का आले नाहीत, म्हणून चौकशी करायला आलो.' ''

हे ऐकून मी चकित झालो.

''यमू माझ्याबरोबर नव्हतीच परत येताना. मी एकटा आलो. ती बैलगाडीतनं आली वाटेकऱ्याच्या.''

''बघ!''

आई काही क्षण गप्प झाली आणि मग बोलली, ''गाडीवर कार्टं असेल राम दयाळाचं. कुर्रेबाज राहणारं....''

''हो. कोणी पोरगाच होता आणि एक म्हातारी – गोरी नाकेली. एक परकरी पोरगी. माझ्या काही ओळखीचं नव्हतं कुणी.''

''अरे, ती लोकं गावात राहतात कुठं? घर गावात, पण वस्ती रानात, असं आहे त्यांचं. मोठा कुणबावा आहे. चार भाऊ एकत्र राहतात. त्यांच्या बायका, पोरं, पाव्हणे-रावळे, नातवंडं, माहेरपणाला आलेल्या लेकी, तीस-एक माणूस आहे घरात; पण सगळी कामं करतात रानात. आपल्या लोकांसारखं नाही.''

''ते असू दे. पण यमू माझ्याबरोबर नव्हती. माझ्या आधी ती बैलगाडीतनं निघाली. खरंतर कधीच पोहचली पाहिजे ती.''

''गाडी आधी मळ्यातल्या वस्तीकडं नेली असंल पोरानं. तिथं चहापाणी, हसणं-खिदळणं आटपून आली असंल सावकाश घरी. त्या आधी म्हातारा इथं येऊन कोल्ह्यासारखा वास घेऊन गेला. वेळ लावला तिसऱ्याच कुणी आणि चौकशीला मात्र हे आमच्या घरात!''

आईच्या विवेचनाचा एकूण रोख काय आहे, हे माझ्या ध्यानी आलं. समजायचं, ते समजलो.

शेवटी ती म्हणाली, ''आपल्याला काय करायचं आहे, म्हणा! कोण, कुठं का जाईना, बसंना; पण विनाकारण आपल्यावर अपरवाद!''

आईच्या अशा सूत्रमय बोलण्यात मोठाच आशय असे.

आबा नित्याप्रमाणं देवळाकडं गेले होते. देवदर्शन आणि तिथं जमलेल्या इतर ग्रामस्थांशी गप्पागोष्टी करून साडेआठ, नऊला घरी परत येत. हनुमंताचं देऊळ, त्याच्या समोरचा मोठा आक्कर आणि त्यावरचा प्रचंड विस्ताराचा कडूनिंब, चावडी, शाळा या वस्तू गावच्या मध्यभागी घोळामेळानंच होत्या. गावच्या सांस्कृतिक, सामाजिक घडामोडींचं हेच केंद्र होतं. दिवसभर रानामाळात गेलेली माणसं संध्याकाळी गावाकडं परत आली की, आधी देवळाकडं चक्कर टाकतं. इथं गाठीभेटी होत. नवीजुनी बातमी कळे. गावात कोण आलं, कोण गेलं, याचा हिशेब लागे. गावचे म्हणून जे उत्सव होत, तेही इथंच. बेंदराला बैलांची मिरवणूक इथून निघे. होळी, इथल्या पटांगणातच पेटे. रामजन्म, हनुमानजन्म इथंच होत. सभा, कीर्तनं, डोंबाऱ्या-गारुड्यांचे खेळ, भजन, दिंडी सर्व काही देवळापुढच्या पटांगणात होई.

आबा परत आले आणि त्यांनी बातमी आणली. म्हणाले, ''रामोशी परत आले बरं का, आपल्या कालवडीच्या तपासावर गेलेले.'' त्यांचा स्वर काही उत्साही नव्हता.

आईनं उत्सुकतेनं विचारलं, ''मग लागला तपास?''

''बरंच भारूड सांगत बसले होते. पण मथितार्थ असा की, कालवड कुणी मुद्दाम चोरलेली नाही. तीच चुकली आणि परहद्दीत गेली. ज्याला दिसली, त्यानं चार दिवस बांधून घातली. वैरणपाणी केलं आणि कुणी धनीगोसावी नाही म्हटल्यावर, लांबच्या बाजाराला जाऊन विकली. ती आता आपल्याला मिळायची नाही.''

आई म्हणाली, ''हे सांगायला रामोशी कशाला पाहिजेत? आम्हाला घरी बसून हे तर्कट नसतं का रचता आलं?''

आबा सुस्कारा सोडून आणि हात झटकून म्हणाले, ''चला, गेलेल्याचा शोक शहाण्यानं करू नये. माणसासारखी माणसं बेपत्ता होतात. तो दप्तरदाराचा पोरगा नाही, 'बाजाराला जातो' म्हणून जो गेला, त्याला आज अकरा वर्षं झाली! पत्ता नाही न मुद्दा नाही. हे तर मुकं जनावर. गेलं, आपल्या नशिबात नव्हतं म्हणायचं आणि सोडून द्यायचं. एक विषय संपला!''

दिवसभर गावात न राहता रानात जायला मला काहीतरी निमित्त पाहिजे होतं. कारण गावात असुरक्षित वाटे. ही भावना उघड्या रानात राहात नसे. मग जवळ होतं, ते साहित्य वापरून निसर्गचित्र करायचा उद्योग मी सुरू केला होता. सकाळी न्याहारी उरकावी. रंगांची पेटी, पॅड, पाण्याची बाटली बरोबर घ्यावी आणि एखादा विषय मनात ठेवून रानात जावं. जुन्या वडाचा अमर वाटणारा बुंधा, तांबड्या रानात रचलेल्या, सुनांच्या कागाळ्या हळू आवाजात सांगणाऱ्या म्हाताऱ्यांच्या घोळक्यासारख्या दिसणाऱ्या सरमाडीच्या बुचड्या, उघड्या रानातली एकाकी, बापुडवाडी झोपडी. इथून-तिथून कंटाळाच वाळत घातला आहे, असा पिवळाकरडा माळ आणि वरचं झळझळीत आभाळ. घायपाताचे फडे आणि डोलकाठ्यांसारखे त्याचे सोट. फुलल्या बाभळीला चुकवून आडरानात शिरलेली पायवाट. काळी मेंढरं आणि उजाड माळावर फुललेल्या पळसासारखा दिसणारा, लांबून नजरेत भरणारा तांबड्या मुंडाशाचा धनगर, असले विषय मला मिळत. तासन्‌तास आनंदात जात.

शरीराला विसरायचं, तर चित्रकार व्हावं.

उगीच नाही, पिकासोला जेव्हा फ्रान्सवाझ् गिलोत या तरुणीनं विचारलं, "आठ-आठ तास तुम्ही उभं राहून कॅनव्हॉस रंगवता आणि थकत कसे नाही?"

तर म्हातारा पिकासो म्हणाला, "मुसलमान मशिदीत जाताना पायातला जोडा बाहेर काढून ठेवतो, तसं चित्र रंगवताना मी शरीर बाहेर ठेवतो."

गावापासून पाऊण मैल दूर माळावर असलेलं जुनं, उंच शिखराचं दगडी देऊळ, त्याच्या समोर असलेल्या दगडी दीपमाळा, उन्हापावसाचा मारा अनेक वर्षं अंगावर घेतलेले वीरगळ आणि भकास माळावर एकाकी उभं असं नेपतीचं वाकडं झाड, यांपैकी काही रंगरेषेत पकडता येतं का, म्हणून काही दिवस सकाळी उठून मी या देवळाकडं जात होतो.

एकवार, डोक्यानं कमी असा यमूचा भाऊ मला या वाटेवर भेटला. हरवलेलं नाणं शोधत चालल्यासारखा तो मला वाटला, म्हणून उभा राहून मी चौकशी केली. तर म्हणाला, ''काटे बघतोय बाभळीचे.''

या पोराचा एक गुण चांगला होता. बोलायला तोंड उघडलं की, त्याला हसायला येई. हा हसत हसत बोलतोय, का बोलता बोलता याला हसू येतंय, हे सांगता येत नसे. हसण्यासारखं काही नसताना याला हसू कसं येतं, याचा अचंबा वाटे. एका माणसानं दुसऱ्याशी संवाद करावा, एवढीच गोष्ट त्याला हसू फुटायला पुरेशी होत असावी.

मी गोंधळून विचारलं, ''काटे?''

''हो फार आहेत जागोजाग. बाभळीचे आहेत, रेशमी काटेही आहेत.''

या विधानावर माझा विश्वास बसणार नाही, म्हणून खाली वाकून त्यानं बाभळीचा एक जाड काटा आणि कुठंही पसरणाऱ्या वेलाचे रेशमी काटे तळहातावर घेऊन मला दाखवले. म्हणाला, ''सराटेसुद्धा आहेत बरं का!''

मी म्हणालो, ''ही रानातलीच वाट आहे. गुरांच्या खुरांना, माणसांच्या वहाणांना लागून, वाऱ्यानं वाहून सराटे, रेशमी काटे वाटेवर येतात. शिवाय लोक बाभळीचे डहाळे तोडतात, वाळू देतात आणि वाळले की, जळणासाठी वाटेवरून ओढत घराकडे नेतात. शेतावरच्या कुंपणालाही जागजागी बाभळीचे फांजर लावलेले असतात. त्यांचे काटेही रस्त्यावर, वाटेवर येणार.''

''ते झालं खरं; पण ही वाट आता साफ कशी करायची?''

''कशाला करायची?''

''आमची माई उद्या वेशीपासनं खंडोबाच्या पायरीपर्यंत लोटांगण घेणार आहे.''

''असं? का बरं?''

''आता, का बरं! वाटलं तिच्या मनाला, घ्यावं. मला म्हणाली, 'मी उद्या लोटांगण घेणार.' तेव्हा मनाशी विचार केला, वाट बघावी. तर इथं वाळवण पसरावं, तसे काटे पसरलेत. आता ही वाट खराट्यानं लोटून घ्यावी का?'

हा प्रश्न त्यानं मला केला, का स्वतःला केला, ते मला कळलं नाही. त्याला तिथंच सोडून मी घरी आलो.

लोटांगण हा प्रकार मी कधी बघितला नव्हता. शिवाय सकाळी लवकर मला 'लॅण्डस्केप' करण्यासाठी जायचं होतंच. म्हणून गेलो, तर दिवस उगवायला ही मायलेकरांची जोडी वाटेवर होती.

यमूची आई भल्या पहाटे उठून न्हाली असावी. ओल्या केसांची तिनं मानेवर गाठ

मारली होती. धूतवस्त्र नेसलं होतं. हातात तरवडाची एक फोक होती. साष्टांग नमस्कार घालायचा, उजवा हात पुढं लांबवून काटकीनं आडवी रेघ ओढायची. उभं राहायचं, त्या आडव्या रेघेवर जायचं आणि पुन्हा साष्टांग नमस्कार, पुन्हा आडवी रेघ.

समोर पूर्व दिशेला सूर्य वर येत होता. खंडोबाचं शिखर झळाळत होतं. खाचखळग्यांनी भरलेली गाडीवाट वळसे, वळणं घेत माळावर गेली होती. ज्या वाटेनं गुरंढोरं, गाड्या-घोडी गेली-आली होती, अनेकांच्या पायांनी, खुरांनी तुडवलेली, शेणालेंड्यांनी, मुतानं शिंपडली गेलेली ही वाट. हिच्यावर माईचा देह साष्टांग पडत होता. तिच्या अंगावरचं वस्त्र धुळीनं, केरकचऱ्यानं माखलं जातं होतं. गाई-मागं वासरू जावं, तसा यमूचा भाऊ मागोमाग जात होता.

देऊळ येईपर्यंत या बापडीला किती वेळा पडावं आणि उठावं लागणार होतं? जिच्या खाली ही शेवटी जाणार, त्या भूमीला किती वेळा ही आलिंगन देणार होती?

दुरून बघत होतो, तो हलके-हलके जवळ जाऊन मी उभा राहिलो. अंगात संचार झाल्यासारखी माई दिसत होती. तिला आजूबाजूचं भान नव्हतं. ओळख नसलेल्या माणसाकडं पाहावं, तसं तिनं माझ्याकडं पाहिलं. वाटेवर धूळ आहे, का काटे आहेत, याची तिला काही पर्वा नव्हती.

मधेच बापडं पोर पुढं होऊन खडे वेचून बाजूला टाकत होतं. वाटेवरचं शेण पायानं बाजूला सारत होतं. काटेकुटे दूर करत होतं.

शेरडं घेऊन कुणी माणूस मागनं आला. काही वेळ बघत उभा राहिला. माईच्या बाजूनं त्याची शेरडं पुढं गेली. यानं पायातलं काढून माईला हात जोडले आणि मग 'हर्ये, हर्ये' करत काठी सावरत तो आपल्या शेरडांमागं धावला.

परिस्थितीपुढं लोटांगण घालत जाणारी ती विधवा स्त्री बघून माझं मन उदास उदास झालं. वाट सोडून मी बाजूच्या रानात शिरलो. बराच वेळ मागं राहिलं नाही.

आडव्या बांधावर बाभळीचं झाड होतं. त्या खाली जाऊन बसलो. वळून समोर पाहिलं. खंडोबाकडं जाणाऱ्या वाटेचा भाग आता खोलात गेला होता. मला माई दिसत नव्हती. पोर दिसत नव्हतं.

देवाच्या वाटेवरची धूळ माई आपल्या देहानं का झाडत होती? काय फेडत होती? काय मागत होती? कोणतं साकडं घालत होती?

बाभळीखाली बराच वेळ बसलो. रंगाची पेटी काढावी, ब्रश हातात घ्यावा, यावरची वासनाच गेली होती.वाटलं, काय रेषा ओढायच्या? काय रंग नासायचे? जाऊ दे. नुसतं बसू. नाही तर सावलीला पडू.

बाभळीच्या हिरव्या विस्ताराकडं, वर दिसणाऱ्या आभाळाच्या तुकड्याकडं बघत उताणा पडलो. विचारांचे झोके उंच उंच चढवले, म्हणजेही झोप येत असावी. गडद झोपी गेलो.

तिसऱ्या प्रहरी पुन्हा वाटेवर येऊन मी पाहिलं. चिटपाखरू दिसलं नाही. देवळाकडं न जाता मी घरी परतलो.

आईला म्हणालो, ''आई, आज यमूच्या आईनं खंडोबाच्या वाटेवर लोटांगण घेतलं.''

''कळलं, बाबा. जत्रा लोटली होती म्हणे बघायला. आपल्या गावची माणसं ही अशी, कुठंही गर्दी करतील. काहीतरी बघायला मिळालं, म्हणजे झालं!''

'' 'घालीन लोटांगण, वंदीन चरण' म्हणजे हे असं का? मला वाटलं, लोटांगण म्हणजे लोळण.''

''अरे, एवढी वाट आवरायची, तर लोळण कसं घेऊन चालेल? नमस्कार घालत जायचं देवाच्या पायापर्यंत. मलाही नवंच आहे बघ. आता इतकी वर्षं बघतेय मी, पण आपल्या गावात तरी कुणी असलं व्रत केलं नव्हतं.''

''ती पोर म्हणजे धोंड आहे गळ्यातली हिच्या. 'माझ्या लेकीला उजव, रे खंडोबाराया!' म्हणून लोटांगण घातलं असेल बघ बापडीनं!''

''यमूचं लग्न जमावं म्हणून?''

''दुसरं काय तर? काय मागणं असणार देवापाशी आता तिचं?''

''पण, खंडोबा काय वर शोधणार आहे?''

''अरे, श्रद्धा असते माणसाची. आपल्यापरीनं प्रयत्न तर करावेच लागतात, पण लग्नकार्य घडायचं, म्हणजे देवच तांदूळ घेऊन उभा राहावा लागतो.''

आईचा कयास पुढच्या काही दिवसांतच खरा ठरला. यमूच्या लग्नाच्या हालचाली जोरात सुरू झाल्या. मध्यस्थ म्हणून गोपाळभटजी आज पंढरपूरला, परवा करमाळ्याला असे येरझाऱ्या करू लागले. पत्रिका, फोटो पाठवणं, पत्रव्यवहार असं काहीबाही सुरू झालं.

मी कचरूभाऊंच्या निरोपाची वाट पाहिली. शनिवारी निरोप आला; पण तो आशादायक नव्हता. 'पुढच्या शनिवारपर्यंत नक्की कळेल,' एवढाच मोघम होता. मी पुढच्या शनिवारची वाट पाहत राहिलो. दुसरं काय करणार?

दरम्यान, सकाळी नऊ वाजता देवळाचं चित्र काढायला मी गेलो असताना यमू

दिसली. देवळात भिंतीला टेकून ती उदासवाणी बसली होती. शेजारी भाऊ होता. त्याच्या हातात नुकत्याच फोडलेल्या नारळाचं भक्कल, भंडारा होता. म्हणजे देवापुढं नारळ फोडायला ही आली असावी.

एरवी मक्याच्या ताज्या कणसासारखी, नितळ, टचटचीत दिसणारी यमू सुकून गेली होती. चेहरा उतरलेला, ओढलेला. अगदी रया गेली होती.

मला बघताच सावरून बसली आणि क्षीण हसली.

"का गं, आज आडवारीच खंडोबाला?"

"आले झालं. तू बरा इकडं?"

"मी देवाला नाही आलो. देवळाचं चित्र काढावं म्हणून आलोय."

"मग मीही थांबते तुझं चित्र बघायला. मधू, तू गेलास तरी चालेल आता. मी राजाबरोबर येते, असं सांग घरी."

मधू घोटाळ्यात पडलेला दिसला. हळूच म्हणाला, "पण काकांनी सांगितलंय, 'तिला एकटी सोडू नकोस, बरोबर राहा,' म्हणून."

"काकांना सांग, 'राजा भेटला. त्याचं देवळाचं चित्र बघायला थांबलीय. दोघं परत येतील जराशानं.' जा."

मधू नाराजीनंच गेला.

मीही भिंतीला पाठ टेकून यमूच्या शेजारी बसलो.

देवळाच्या पुढच्या अंगणात दगडी दीपमाळ, वीरगळ, वाघ्यांच्या समाध्या. एकच नेपतीचं वाकडं झड, खडबडीत बुंध्यावर हिरव्या रेघोट्या आणि त्यात बारीक ठिपक्यांसारखी एवढी एवढी गुलाबी रंगाची फुलं. एका वाळक्या फनडावर खाटीक पक्षी बसलेला. राखी डोकं, डोळ्यांच्या कडांना जाड सुरम्याची रेघ. काळा, गुलाबी, पांढरा असा रंग. त्या पलीकडं लांबलचक पसरलेला माळ. त्या पलीकडं हिरवीकाळी झाडं. मळे. त्याही पलीकडं आभाळ. निळ्या आभाळात पांढऱ्या ढगांचे पुंजके. सुन्न शांतता!

एक मोठा भुंगा देवळाच्या जुन्यापुराण्या तुळईशी आवाज करत होता.

मग मीच विचारलं, "दिसली नाहीस गं, बऱ्याच दिवसांत?"

यमू मोठ्या मोठ्या डोळ्यांनी एकटक समोरच्या भिंतीकडं बघत होती. ते डोळे माझ्याकडं वळले आणि एकदम डबडबून आले. ओठ थरथरू लागले. खालचा ओठ दाताखाली घेऊन यमूनं पदर तोंडाला लावला. तिला रडण्याचा मोठा उमाळा आला.

मला हे अनपेक्षित होतं. जवळ सरकलो. खांद्यावर हात ठेवला आणि घाबरल्या आवाजात विचारलं, "काय गं झालं, यमू?"

मग तर तुंबलेला बांध फुटावा आणि रानोमाळ व्हावं, असं तिला रडू लोटलं. नाक, गाल, कानाच्या पाळ्या तांबड्यालाल झाल्या. वाऱ्या-पावसात तुळस हलावी, तसा यमूचा उभा देह हलू लागला.

तिनं माझ्या खांद्यावर मान टाकली. मला काय बोलावं, हे कळेना. भावनेच्या लोंढ्यात शब्द तळाशी बुडाले.

तिच्या पाठीवर, केसांवर हात फिरवत राहिलो.

काही वेळानं ती सावरली. पदरानं डोळे पुसले. बाजूला होऊन नीट बसली. म्हणाली, ‘‘मी फार संकटात सापडलेय, राजा.’’

‘‘काय झालं, यमू? सांगण्यासारखं नाही का मला?’’

सुस्कारा सोडून यमू म्हणाली, ‘‘काय करशील, सांगितलं तरी?’’

‘‘स्वत:चं दु:ख एकट्यालाच सोसायचं असतं; पण सांगितल्यावर हलकं वाटतं तेवढंच!’’

‘‘सांगितलं, तर तू मला निर्लज्ज म्हणशील. जन्म दिलेली आई माझी – तीसुद्धा किती टाकून बोलली मला. म्हणाली, ‘यापेक्षा विहिरीत पडून मेली असतीस, तर चार दिवस रडून मोकळी झाले असते.’ ’’

इथं यमूला पुन्हा रडण्याचा उमाळा आला.

मी समजावणीच्या स्वरात म्हणालो, ‘‘यमू, रागाच्या भरात बोलली असेल. ते खरं नसतं. अगं, जिथं फार माया असते, तिथंच फार कटू शब्दही असतात. पण माया खरी, शब्द तात्पुरते, रागापोटी आलेले.’’

‘‘नाही रे, तसं केलंच मी. कोणतीही आई असंच बोलली असती. मला आता मात्र मनापासून वाटतं की, मरून जावं.’’

‘‘असं झालंय काय?’’

‘‘आता जगणं म्हणजे सगळी परवड आहे बघ. काही क्षण मन घट्ट करायचं आणि डोळे मिटून विहिरीत उडी घ्यायची. काय तडफडाट होईल जिवाचा, तो थोडा वेळ. मग सगळे प्रश्न संपतील.’’

निर्जन, एकाकी देवळात बसून यमूनं ती कोणत्या संकटात आहे, हे मला स्पष्ट शब्दांत सांगितलं, तेव्हा मीही थंड झालो. हा अनुभव मला अगदी नवा होता. कुणा तिऱ्हाईतानं सांगितलं असतं, तरीही मन सुन्न झालं असतं. मग ही तर माझी बालमैत्रीण होती. भावल्या-बोळक्यांनी मी तिच्याशी खेळलो होतो. कधी एके काळी तरी आमचं एवढंसं भावजीवन एकमेकांत मिसळून वाहिलं होतं.

काही वेळ मी गप्प, ती गप्प असा गेला.

गडद काळोख. कोंदट वास भरून राहिलेल्या एका प्रचंड विवरात मी उभा होतो आणि इथं कुठंतरी यमू आहे, याची केवळ जाणीव. विवराची लांबी-रुंदी किती आहे, बाहेर कोणत्या दिशेनं जायचं आहे, यमू नेमकी कुठं आहे, हे काहीही कळत नव्हतं. गडद काळोख आणि नि:शब्द अवकाश!

''यमू, मी विचारणं योग्य नाही. तू सांगितलं नाहीस, तरी मी तुला दोष देणार नाही. पण नाव कळलं, तर मी त्याला तुझ्याशी लग्न करायला भाग पाडीन.''

''ते अशक्य आहे, राजा.''

''वर वर अशक्य वाटणारी गोष्ट शक्य करता येते, यमू. माझ्या चार ओळखी आहेत. ही माणसं माझ्या हाकेला धावून येतील.''

''काही उपयोग नाही.''

''काय आडवं येतं? वय? जात? कशाचाही विचार करू नकोस. तुम्ही दोघं कणखर असला, म्हणजे झालं.''

''पण लग्न ही अशक्य गोष्ट आहे, राजा. कसं सांगू तुला? मला त्याच्याशी लग्न करायचं नाही.''

मी हलक्या आवाजात विचारलं, ''पण तुला बाळ तरी हवं ना, यमू?''

यावर दोन्ही हातांनी तोंड झाकून घेऊन, जोरजोरानं मान हलवीत यमू आक्रोश करत म्हणाली, ''नको, नको! मला काही नको! मला मरून जायचं आहे!!''

आणि पुन्हा बराच वेळ ती पोरकं रडू रडत राहिली.

शेवटी तिनंच स्वतःला सावरलं आणि उठून मला म्हणाली, ''चल, फार उशीर झाला.''

माझ्या जवळच्या पिशवीत चित्रं रंगवण्यासाठी आणलेली पाण्याची बाटली होती. इनॅमलचा पांढरा मग होता. तो मी पाण्यानं भरला. यमूला देऊन म्हणालो, ''तोंडावरनं हात फिरव. पाणी चांगलं आहे. प्यालीस तरी हरकत नाही.''

आधी ती पाणी प्यायली. मग जोत्याशी जाऊन तिनं चूळ भरली, तोंडावर पाणी मारलं. पदरानंच तोंड लख्ख पुसलं. माझ्यापुढं उभी राहून म्हणाली, ''कुंकू धुतलं गेलं का रे?''

''हो.''

''आता रे?''

''थांब.''

मी रंगाची पेटी उघडली. मग तिरका करून उरलेल्या थेंबभर पाण्यात ब्रश ओला केला. व्हर्मेलियन रंगात बुडवला आणि यमूच्या कमानदार भुवयांमधोमध, थोडा वरच्या बाजूला ठळक तांबडा ठिपका दिला.

म्हणालो, "चल, आता."

(माझ्या कुंचल्याचा एवढा कलात्मक आविष्कार परत कधीही झालेला नाही.)

माईनं ज्या वाटेवर लोटांगण घातलं, त्या वाटेनं गावाकडं आम्ही यायला निघालो, तेव्हा सूर्य डोक्यावर आला होता. बाभळीच्या डहाळ्यांत तांबडा होला खिन्न घुमत होता.

कुठंतरी मोट चालली होती. मोटकऱ्याचं गाणं, चाकाचा आवाज होत होता. थांबत होता.

सबंध वाटभर भाषा अशी झाली नाही. यमू बोलली नाही, मी बोललो नाही. आमच्या पावलांचे आवाज तेवढे होत राहिले.

वेशीत शिरलो. खरंतर समोर गेलेली वाट माझ्या घराची होती. पण डावीकडं वळलो. घरं, वाडे ओलांडले. खालच्या ओळीत आलो. घराच्या दारापर्यंत यमूला पोहचती केली.

तिचे म्हातारे काका सोप्यात पान कुटत बसले होतेच. डोळे बारीक करून बघत त्यांनी 'कोण ते?' अशी हाक दिलीच.

यमू म्हणाली, "कोणी नाही, आप्पाकाका, मीच आहे."

"तुझ्या मागं काही पांढरं हलल्यासारखं वाटलं."

"तो राजा – सगुवहिनींचा."

"अस्सं? वर येतोय, का जातोय परस्पर?"

मग मीच म्हणालो, "जातो. उशीर झालाय."

यावर आप्पाकाका हात वर करून म्हणाले, "बरं, या."

दोन्ही बाजूंना घरांच्या दगडी भिंती असलेल्या अरुंद बोळात मी परत निघालो. लांबलचक बोळ होता. भिंतीपलीकडे, परसदारी असलेल्या शेवगा-हादग्यासारख्या झाडांच्या डहाळ्यांचं बोळावर कुठं कुठं छत झालं होतं. न्हाणीतल्या पाण्याला बोळात वाट करून दिल्यामुळे, कडेकडेनं सांडपाणी पळत होतं. जपून पावलं टाकीत मी बोळाच्या मधल्या भागातून चाललो होतो.

राडीनं माखलेला डुक्कर यावा, तसा समोरून कोणी पोरगा आला आणि उभा राहिला. माझ्याकडं बघून छद्मी हसला. टारगट पोरं, काही जाणीव करून देण्यासाठी नुसतीच हसतात, तसं हे हसू होतं. आखूड केसांचा क्रॉप केलेल्या त्याच्या डोक्यावर

मळकी खादी टोपी कशी तरी दाबलेली होती. दाढीची खुटूरं वाढलेली. अंगात तांबड्या रंगावर पांढऱ्या जाड रेघा असलेली कोपरी. तिचं पोटावरचं बटण उघडं. त्यातून पोट, बेंबी दिसत होती. खाली आखूड धोतर. पायांची नखं मळकी आणि वाढलेली. पायांत, मोटारच्या टायरपासून केलेल्या चपला. कोपरीच्या फुगल्या खिशांना काताचे डाग. उजव्या हातात डहाळे-कुऱ्हाड, पाठीवर कसल्या तरी पाल्यानं ठिचून भरलेलं ठिक्कं पोतं. कातडीचा रंग उन्हानं रापलेला. उघड्या हातांवर, पायांवर काळी लव. चेहऱ्यावर कातडी तडकून भेगा पडलेली. ओठाच्या दोन्ही बाजूंना सुरकुत्या.

चाबरटपणानं मला म्हणाला, "वळख लागतीय का?"

चेहरा ओळखीचा वाटला, नाव आठवलं नाही.

कसल्या तरी उग्र झाडपाल्याचा दर्प त्याच्या सर्वांगाला होता. मी उत्तरादाखल चेहरा हसरा केला.

"मी देवाच्या आयचा इट्टल...."

"कोण देवाची आई? कोण इट्टल?"

"साळंत हुतो की, तुमी-आमी."

"हो, हो! इकडं कुठं?"

"आप्पाकाकांस्नी झाडपाला लागतो. कदी एरंडाची पानं, कदी बाभळीची साल, कदी कोरफड, कदी माका, टाकळा. मी रानात हिंडून गोळा करतो आन् आनून देतो. आपला धंदाच हाय यो. झाडपाला, बोंडं, फुलं, मुळ्या, गड्डं जमा करायचं आन् वैदबुवांस्नी न्हिऊन इकायचं."

"असं?"

"तर!"

मग एक डोळा बारीक करून त्यानं विचारलं, "जोडीनं नारळ फोडला म्हना की, आज खंडुबाला?"

म्हणजे? मी आणि यमू देवळात होतो, हे याला कसं माहीत?

"मी बघितलं. तालीवर होतो पलीकडं. बेलाच्या झाडाच्या शेंड्यावर. बेलफळं काढत हुतो."

देवळाच्या डाव्या बाजूला, खाली शेतात, बेलाचं झाड होत खरं. म्हणजे डहाळ्यात बसून यानं मी पाणी देताना, यमू तोंड धुताना पाहिलं. आम्ही वाटेवर पाठमोरे झाल्यावर खाली उतरून, देवळातही जाऊन आला असला पाहिजे. देवापुढं ठेवलेला नारळाचा तुकडा, पडलेल्या शेंड्या, पाणी याच्या नजरेतून सुटलेलं नाही.

त्याचा लघळ चेहरा आणि सलगीचं बोलणं मला मुळीच आवडलं नाही. अंग चोरून त्याला बगल दिली आणि बोळातून पुढं आलो.

मागं कुत्सित हसणं ऐकू आलं.

रात्री अंथरुणावर पडलो आणि काही केल्या यमूचा विचार डोक्यातून जाईना. खरंतर तिच्या दु:खात मी इतकं का बुडून जावं?

– आणि ही इतकी बेसावध कशी राहिली? स्त्रीजातीपाशी एक उपजत शहाणपण असतं. कितीही उनाडपणा केला, तरी अशा भयानक संकटात ती सहसा उडी घेत नाही. ही कसल्या मोहाला बळी पडली?

गेल्या शनिवारी, गेल्याच का? ती अगदी खुशीत दिसली. का तो वरवरचा देखावा होता? कदाचित तेव्हा मनात नुसती धाकधूक असेल आणि मध्यंतरी केव्हा तरी तिला खाणाखुणा पटल्या असतील. निसर्गनियमानं जाणीव करून दिली असेल.

कोण असावा तो? वाटेकऱ्याचा पोरगा? तो ग्रामीण नायक?

– आणि मधेच खाडकन एक शंका आली. हा चाबरट इट्टल तर नाही ना?

तिच्या घरी जाण्यायेण्याचा त्याचा राबता तर दिसतच होता. वेळप्रसंगी रानामाळात, ओढ्याओघळीत दोघांच्या गाठीभेटी होत असणार. ही लिंबोळ्या, बाभळीचा डिंक, करंजीच्या बिया, सरपण, रानशेणी गोळा करत रानोमाळ हिंडणार. त्याचा तर रानात हिंडणं हा उपजीविकेचाच धंदा होता. औषधी झाडपाल्याचा तो जाणकार आणि ही घरातल्या माणसाच्या नजरेखाली डांबली गेलेली कैदी.

खेळ आणि वास्तव जीवन यांतला फरक मला बालवयात जाणवून देणारी यमू – खेळ खेळता खेळता वास्तवाच्या डोहात नाही ना शिरली? तिचं आत्ताचं वय विस्तू हातात धरण्याचंच आहे.

आई म्हणतेच, विस्तू आणि लोणी जवळ आल्यावर लोणी पाघळायचं राहील का?

पिंजऱ्याच्या धनुकलीनं कापूस पिंजत राहावा, तसा हा एकच विचार माझ्या डोक्यात पिंजत राहिला. ताणल्या दोरीचा टणत्कार, सतत आवाज आणि चौफेर उडणारे धागे.

कल्पनेनं मी सगळं दृश्य चितारलं आणि अंगावर शहारा आला. स्त्रीजातीची सारी असहायता आणि पुरुषांची सततची कुरघोडी. स्त्रीची असहायता आणि तिचं पारतंत्र्य तिच्याच गर्भाशयात जन्मलं आहे का?

बिचारी यमू, एका बेसावध क्षणाची किंमत तिला आयुष्य खर्चून द्यावी लागणार.

माझं अपुरं चित्र रंगविण्यासाठी मी ओळीनं काही दिवस खंडोबाकडं जात होतो. चित्र अखेर पुरं झालं. पण या काळात अपेक्षेप्रमाणे यमू मला दिसली नाही. ती देवळाच्या दिशेनं आली तर नाहीच; पण गावातही जाता-येता दिसली नाही.

अखेर झालं काय?

आपण एकवार घरी जावं आणि तिला पाहावं, म्हणून मी खालच्या आळीला गेलो, तर मधू वाटेत आडवा आला.

हसत हसत म्हणाला, "कुणीकडं निघाला, राजाभाऊ?"

"तुझ्या घराकडंच येत होतो."

"मग चला की!"

"यमू आहे का घरी?"

"नाही. ती आणि आई पंढरपूरला गेल्या परवादिशी, पहाटेला."

"होय? कशा रे गेल्या?"

"आमच्या वाटेकऱ्याच्या गाडीतनं ठेशनला गेल्या आणि तिथनं आगगाडीनं पुढं. चांगली जागा मिळाली दोघींना, म्हणून सांगत होता तुळशीराम."

"काय काम निघालं रे?"

"देवाला गेल्या."

"मधेच?"

"अभिषेक बोलली होती माई. तो करायला गेली."

"सोबत कोण गेलं, आप्पाकाका?"

"नाही. त्यांस्नी झेपत नाही आता. दोघीच गेल्या."

"मग आता मी येत नाही, यमू आल्यावर येईन."

"बरं."

"कधी येणार आहे माघारी?"

"चार-दोन दिवस तरी जातील, म्हणाली माई."

काही तर्क करता येण्याजोगा नव्हता. पंढरपूरला सगळंच होतं. पंढरीचा रावू कर कटांवर ठेवून भक्तजनांसाठी अखंड उभा होता. पापनाशिनी चंद्रभागा होती. बडवे-उत्पातांची अगत्यशील घरं होती. रहस्य रिचवून उभे असे वाडे होते. धर्मशाळा होत्या, दवाखाना होता, डॉक्टर होते, अनाथ बालकाश्रम होता आणि विठ्ठलनामाची होती, तशी ही पंढरी लग्नकार्याचीही बाजारपेठ होती. कोणता हेतू मनात ठेवून या मायलेकी पंढरपुराला गेल्या म्हणाव्या?

यमू परत आल्याशिवाय कळायला काही मार्ग नव्हता.

मुद्दाम संध्याकाळ करून, येड्याबागड्या खेडुतासारखा दिसणारा कोणी माणूस खादी-भांडारातून निरोप घेऊन आमच्या गावी आला. कुणालाही घरपत्ता न विचारता, नेमका माहीतगारासारखा आमच्या घरी येऊन दाखल झाला. मी घरी नव्हतोच.

तळीमळे धुंडत हिंडत होतो, तो दिवस मावळून दिवेलागण झाल्यावर घरी आलो. आल्या आल्या आईनं बातमी दिली, "तुझ्याकडं कुणी माणूस आलाय, रे. उशिराचा वाट बघतोय."

"कोण?"

"कुणबीच वाटला, बाबा. अनोळखी दिसला, मग मी नाही चौकश्या केल्या."

"कुणाकडनं आलो म्हणाला?"

"काही भांडाराचं काम आहे म्हणाला, 'खादी-भांडारातनं आलो.' "

मग मला अंदाज आला.

धोतर-मुंडासंवाला निरोप्या मागच्या दारी, तुळशीच्या कट्ट्याशेजारी अंगाशी जुडी करून अंधारात बसून होता.

मी चौकशी केली, तेव्हा विशेष काही खुलासा न करता त्यानं पोगाट्यात बंदोबस्तानं ठेवून दिलेली चिठ्ठी काढून दिली. आत येऊन कंदिलाच्या उजेडात ती मी वाचली. वर रेघ न मारता, पण सुरेख हस्ताक्षरात चार ओळी होत्या :

'चिठ्ठी घेऊन येणाऱ्या माणसाबरोबर निघावं. तो तुम्हाला योग्य त्या ठिकाणी घेऊन जाईल.'

क्षणभर मनात कल्लोळ झाला. माझं वाऱ्यावरचं जिणं आता पुन्हा सुरू होणार होतं. हे माझं जन्मगाव, ही माणसं पुन्हा मी पाहीन, अशी शाश्वती नव्हती. कदाचित मी पकडला जाईन, गजाआड बंद होईन. कदाचित माझ्या हातनं आणखी कामं होतील आणि मला जिवंत किंवा मेलेला, सरकारपुढं हजर करणाऱ्याला मोठं बक्षीस जाहीर होईल. कदाचित फील्डमार्शल होऊन या भागात मी पुन्हा येईनही. काहीही होईल. सगळं अनिश्चित, अंधातरी होतं.

आबा आले. जेवणं झाली. पाव्हणाही जेवला.

मग सहज बोलल्यासारखं मी बोललो, "पहाटे लवकर या माणसाबरोबर मला जायचं आहे गावाला."

दोघंही यावर गप्प झाले.

"आई, मला लवकर उठव. शुक्र उगवला की, निघू."

"उठवीन. आधी सांगितलं असतंस, तर गहू तरी दळून आणले असते."

"कशाला गं? चार बाजरीच्या भाकऱ्या, लोणचं, चटणी दिलीस म्हणजे झालं."

आबा म्हणाले, "अरे, बराच प्रवास पायी करायचा, तर जवळ शिदोरी भरपूर असावी. कुठंही पाणी बघून आधार करता येतो. प्रवासात भूकही जास्ती लागते."

रात्री बराच वेळ झोप लागली नाही.

मनातल्या मनात गीतेचा बारावा अध्याय म्हणून झाला. मग गीताईतली स्थितप्रज्ञाची लक्षणं :

स्थिरावला समाधीत, स्थितप्रज्ञ कसा असे?

मग कधीतरी झोप लागली.

भल्या पहाटे जागा झालो. माजघरात उजेड होता. भांड्यांचे आवाज होत होते. फोडणीचा वासही आला. आई रात्रभर झोपलीच नाही का? आबाही अंथरुणावर बसून भूपाळ्या म्हणत होते,

'गवळण दसवंती पै सांगे, आलिया कृष्णाचेनी संगे....
येणे येणे श्रीरंगे नवनीत भक्षिले माझे....'

लवकरच गावातल्या बायकांनी दळणं घातल्याचे आवाज ऐकू येऊ लागले. कोंबडे ओरडू लागले. पाखरं जागी झाली. अंगणातल्या निंबाच्या झाडावर चिमण्या बोलू लागल्या.

तो अवघड क्षण आला.
निरोप.
आई म्हणाली, ''देवाला नमस्कार केलास का? थांब, दही घालते हातावर.''
मागोमाग घसा दाटून प्रश्न, ''आता पुन्हा कधी दिसशील?''
देव्हारा. दही. पाठीवर सुरकुतला, व्याकूळ हात.
आबांना नमस्कार केला.
''जय देव!'' एवढंच म्हणाले.
हे क्षण नेहमीच जडशीळ. आज तर ते वागवीत डोंगरशिखर गाठायचं होतं. तटातट धागे तोडून मी उंबऱ्याबाहेर पाऊल टाकलं.
आई, आबा दरवाजात उभे आहेत, हे पाठीलाही कळलं.
चांदणं होतं. तोंड फिरवून मागं न बघता, पाठमोरा राहूनच उजवा हात वर करून हलवला.

धोतराची भाळ मारून पाव्हणा मागं येत होता. म्हणालो, ''हं, चला पाव्हणं!''

घर, गाव, मायेची माणसं मागं पडली. वाट लांबत राहिली.

'**खा**नापूरशेजारच्या 'किनी' या खेड्यात काही दिवस राहा', असा निरोप होता. कधी आडवाटेनं पायी चालावं, कधी मुख्य रस्त्याला मिळून मालट्रकला हात दाखवून पायांना विश्रांती द्यावी, असं करत करत दुसऱ्या, तिसऱ्या दिवशी किनी गाठली. या गावात देशमुखांचा भलामोठा जुना वाडा होता. तिथं माझी राहण्याची सोय केली होती. वरच्या मजल्यावरचं सबंध एक दालनच माझं होतं. बैठकीवर दिवसभर लोळायचं. जुनी वर्तमानपत्रं जाहिरातींसकट वाचायची. जेवणवेळेला खाली उतरायचं. गोशा होता, त्यामुळे पंगतीला देशमुख असले, तरी वाढायला मुंडासेवाले गडी असत. देशमुख भले उंच, सडसडीत, गोरेपान, खानदानी गृहस्थ होते. गंभीर चेहऱ्याचे, मोजकं बोलणारे. सदरेवर सदा वर्दळ असे. माणसं अदबीनं बैठकीच्या टोकाशी बसून असली, तरी देशमुख हात पाठीमागं टाकून येरझाऱ्या घालत असत.

मला या वाड्याच्या हवाली करून पाव्हणा निघून गेला.

गाव लहानच होतं. उघड हिंडणं वर्ज्य, त्यामुळे थिबा राजासारखा मी राहात होतो.

दिवस उगवत होता, मावळत होता.

संध्याकाळी गावचे शाळामास्तर देशमुखांच्या सदरेवर बसायला म्हणून येत. देशमुख नमस्कार स्वीकारून त्यांना विचारत, ''कसं काय, मास्तर?''

''बरं आहे, सरकार.''

''काय नवं जुनं?''

''चाललंय रोजचंच.''

''शाळा तुमची?''

''चाललीय.''

''शेती?''

''तीही चाललीय.''

''ठीक. ठीक.''

देशमुखांच्या मूक येरझाऱ्या सुरू झाल्या की, मास्तर जिना चढून माझ्याकडं येत. आवर्जून चौकशी करत.

''करमतं का पाव्हणं, आमच्या गावात?''

''हो.''

''कंटाळा आला कधी, तर शाळेकडं चक्कर टाकत चला.''

''बराय.''

''वाटलं, तर पाठ घ्या एखादा.''

मी आपला हसे, पण मास्तरांनी कयास बांधला असावा की, हे पाव्हणे कोणी विशेष दिसतात.

एकदा रविवारी सुट्टी बघून मास्तर म्हणाले, ''येता का आमच्या वस्तीवर? तेवढंच वाऱ्यावर.''

''तुमची वस्ती रानात आहे का?''

''हो. फार लांब नाही. चार-एक फर्लांगावर....''

''बागाईत आहे का?''

''थोडी. चार एकर. विहिरीला पाणी बेताचं आहे. बाकी जमीन जिराईतच आहे. नुसत्या शाळामास्तरकीवर प्रपंच भागत नाही. वडिलोपार्जित जमीन आहे, म्हणून बरंय.''

मी म्हणालो, ''जाऊ या देशमुखांना सांगून.''

''ती परवानगी काढूनच आलो तुमच्याकडं. म्हणाले, 'अवश्य घेऊन जा त्यांना. घरी राहून राहून कंटाळले असतील.' ''

गावाबाहेर पडलो आणि गाडीवाटेनं, मास्तर पुढं, मी मागं – असे चालू लागलो.

मास्तर म्हणाले, ''भाषेवरनं तुमी काय कोल्हापूर भागातले वाटत नाही. आमच्या भागातलेच वाटता.''

मी हसून म्हणालो, ''बरीच पारख आहे की तुम्हाला. बरं, घटकाभर धरून चला – मी या भागातलाच आहे मूळचा.''

''सगळी माहिती आहे, खेड्यातल्या जीवनाची!''

''हां, थोडी फार.''

"म्हणजे, शहरवासी नाही निव्वळ, गोरगरिबांत राहून, मिसळून माहिती झालेली आहे."

"खरं आहे."

आपलं अनुमान चुकीचं नाही, याचा मास्तरांना मोठा आनंद झाला. ते उभे राहिले आणि माझ्याकडं बघून त्यांनी मान हलवली. या कृतीचा अर्थ असा की, उगीच बैठकीला येऊन बसत नाही. मी तसा हुशार माणूस आहे.

मग मास्तर सांगू लागले, "आमच्या या भागात फार जागृती आहे. लहान लहान पोरंसुद्धा या चळवळीत तयार झालीत. हितं नाना पाटलाची सभा भर चौकात झाली. दोन वेळा. म्हंजे माणूस 'अंडरग्राउंड' असून हं. जाहीर सभा. टोलेजंग. पण बिशाद काय, बाहेर कुणाला कळायची! दर आठ-पंधरा दिवसांनी पोलीसपार्टी येऊन चौकशी करून जाती. काही दाद लागत नाही त्यांना; हितं आमच्या घरात मोठी-मोठी माणसं भूमिगत असून हां! कधी अचानक पहाटंला वेढा टाकतात गावात. आतलं माणूस बाहेर नाही, बाहेरलं आत नाही. मग घरन्‌घर तपासतात आणि हात हलवीत माघारी जातात – विटं, सांगलीला. फार तयार गाव आहे आमचं. देशमुखांची शिकवण पूर्वीपासनं. मोठे कार्यकर्ते आहेत या भागातले. कितीएक माणसं इथं येऊन महिनामहिना राहून गेली; पण अजून एकजण पकडला गेलेला नाही!"

"चांगलं आहे. फार विशेष आहे. असं क्वचितच असतं."

"काय नाना पाटील भाषण देतात, हो! पेटून निघतोय ऐकणारा 'मॉब'! आणि ते एक शाहीर आले होते बघा. काय त्यांचं पवाडे म्हणणं!"

> 'एक पाय तुमच्या गावात, दुसरा तुरुंगात,
> तमा नाही त्याची शाहिराला, क्रांतीचा यज्ञ सुरू झाला –'

" – आणि ते गाणं तरी काय म्हणतात, वाहवा!"

> 'अगं, सोराज्य मिळवायचं अवंदा
> म्हणून कारभारनी, सोडलाय धंदा!'

"मानलं बगा आपण!"

"हो, मीही ऐकलंय. नाना पाटलांचं भाषण ऐकलंय, शाहीर कदमांचे पोवाडेही ऐकलेत..."

"हां, कदम, कदम. नाव ध्यानात येत नव्हतं माझ्या."

"पण गाण्यातल्या ओळी पाठ झाल्यात की –"

"ते मनालाच जाऊन भिडलंय, हो. मी तर म्हणतो, या दणक्यात देश स्वतंत्र झाल्याशिवाय ऱ्हात नाही.''

"असं वाटतं?''

"अगदी शंभर टक्के. आगडोंब उसळलाय सगळीकडं. एवढी जागृती झाल्यावर देश गुलामीत ऱ्हाईलच कसा?''

गाडीवाटेला लागूनच मास्तरांची वस्ती होती. चारखणी कौलारू घर. अंगणात छायेसाठी जोपासलेला आंबा. एक लोखंडी खाट बाहेरच आंब्याच्या सावलीला होती. वर सतरंजी अंथरलेली. टेकायला वळकटी ठेवलेली. सारवून लख्ख केलेल्या एवढ्या अंगणात हौसेने कुंभाराकडून करवून घेतलेलं चित्रासारखं तुळशी वृंदावन आणि त्यात डेरेदार तुळसही होती. वृंदावन कावेनं रंगवून पांढरीठळक नक्षी काढलेली होती.

घराच्या दारावर, चौकटीच्या एका बाजूला ज्वारीच्या कणसाचा जुडगा टांगलेला होता. चिमण्यांनी दाणे खाऊन पाणी प्यावं, म्हणून एक मातीचा परळही टांगलेला होता.

मास्तर म्हणाले, "हा आमचा गरिबाचा बंगला.''

जमीन प्रतीनं यथातथाच होती. जिराईतात बाजरी, मटकी, तूर, चवळी होती. विहिरीच्या पाटापाशी लालभडक फुलांनी फुललेली जास्वंदी, चार केळीचे खुंट, पेरू, डाळिंब अशा झाडांची गर्दी होती. त्यात पाखरं बोलत होती. पोपटमैना, बुलबुल, शिंपी यांचे आवाज उठत होते.

प्रसन्न वाटलं. देशमुखांच्या वाड्याऐवजी अशा ठिकाणी राहायची सोय असती, तर उभा जन्मसुद्धा मी इथं काढला असता.

मास्तरांना मी म्हणालो, "मास्तर, तुमचा मला हेवा वाटतो. चरितार्थासाठी तुम्ही दोन उत्तम कामं करताय. एक शिक्षकाचं आणि दुसरं हे कृषिधर्म. यातून मिळणारा लाभ हा इतर कशापासूनही मिळणाऱ्या लाभापेक्षा पवित्र आणि न्यायपूर्ण असतो.''

मास्तर म्हणाले, "व्यवसाय कोणताही चांगलाच असतो, हो. पण आपण लबाडी करतो ना! आता काही शेतकरी दाखवतो मी तुम्हाला, ते शेतकरी नाही राहिले. व्यापारी झालेत. सुपारीएवढ्या कांद्याला बाजारात भाव मिळतो ना, मग कांदा पोसू द्यायचा नाही. तोंडल्याएवढा, सुपारीएवढा झाला की, उपटून बाजारात न्यायचा. मेथी, कोतमीर उगवून ही एवढी वातीसारखी नाही झाली, तवर काढून न्यायची बाजाराला.''

माझं लक्ष समोर बांधापलीकडं चरणाऱ्या गाईवर गेलं आणि गप्प झालो.

मास्तरांनी विचारलं, "साकर टाकून दूध देऊ का गरम, का चहा बरा?"

"चहाच बरा, मास्तर."

मास्तर पुढची तयारी करण्यासाठी घरात गेल्याचं बघून मी गाईकडं गेलो. समोर उभं राहून पाहिली, मग प्रदक्षिणा घालून पाहिली. खिलार जातीची, पांढऱ्याशुभ्र वाणाचं, पातळ कांतीचं जनावर. सुरेख शिंग, काळेभोर खूर.

अगदी जवळ जाऊन उभा राहिलो आणि हाक दिली, "हरणे, हरणे..." आणि जीभ टाळ्याला थटवून आवाज केला.

गाईनं लगोलग कान टवकारले. नाक वर करून वास हुंगत ती माझ्याकडं बघू लागली. मग जवळ गेलो आणि मानेवर थाप टाकली, तशी माझी सुलक्षणी कालवड मला चाटू लागली. तिचं तोंड, मानेची पोळी, कान मी कुरवाळून घेतले.

गळ्यात गळा घातला.

ही कालवड माझीच होती, यात शंका नव्हती. थोडी अंगानं भरली होती. गाभण असावी.

कुठं विभूतवाडी, कुठं किनी! इतक्या दूर ही पोहचली कशी?

मग मास्तरांची हाक आली, "चहा आणला, हो –"

मी भलताच उल्हसित झालो होतो. त्यांनाच बोलावून म्हणालो, "राहू द्या चहा. आधी इकडं या, मास्तर."

मास्तर पळतच आले. "काय, हो?"

मी दरम्यान दूर उभा राहिलो होतो. म्हणालो, "गाईचं दावं सोडा आणि बघा."

लांब उभा राहून नेहमी मारायचो, तशा हाका मारल्या, "हरणे या, हरणे...."

– आणि भराभर हरणी माझ्याकडं आली. गळा वर करून माझ्यापुढं उभी राहिली. मी तोंड कुरवाळताच आपल्या खरखरीत जिभेनं तिनं माझा हात चाटला.

मास्तर चकित चेहऱ्यानं उभे होते.

"तुमच्या कशी काय ओळखीची हो कालवड?"

"मास्तर, ही तुमच्या गावची, का घरची, का बाजारची?"

"सासऱ्यानं पाठवून दिली हो, तान्या पोराला आमच्या दूध होईल म्हणून. तीन पोरींच्या पाठीवर पोरगा झाला मला. तिकडं करगणीलाच होतं कुटुंब. खिलार जनावरांसाठी मोठा प्रसिद्ध आहे बाजार करगणीचा. पोरगा तीन महिन्यांचा झाल्यावर कुटुंबाला पोहचतं करायला सासरा आला, तेव्हा ही कालवड घेऊनच."

"असं? सासरे काय उद्योगधंदा करतात?"

"शेती आहे. गावात दुकान आहे वाणसामानाचं. चक्की टाकलीय पिठाची.

चांगला वजनदार माणूस आहे गावात आणि आमचं कुटुंब म्हणजे एकटी मुलगी.''

''मग बरोबर आहे.''

''तुम्ही कधी त्यांच्याकडं राहिलाय का? आता देशमुखांकडं राहाताय तसे?''

''नाही बुवा.''

''मग ही कालवड तुमच्या ओळखीची कशी?''

आता हा चोरीचा माल आहे, हे कशाला सांगू?

''कालवड मी सांभाळलेली आहे ही. कुठं घेतली, केवढ्याला घेतली, हे तुमचे सासरे काही बोलले नाहीत का?''

''तसं विचारणं बरं दिसणार नाही, म्हणून मी विचारलं नाही. त्यांनी नातवंडाच्या दुधासाठी म्हणून गाभणी गाय आणून दारात बांधल्यावर आपण किंमत कशाला विचारायची?''

खाटेवर बसून मी मास्तरांच्या झाडावरची गोड पपई खाल्ली. आख्खे शेंगदाणे घालून केलेली, वाळल्या हुरड्याची तिखट उसळ खाल्ली आणि पोळल्या जिभेनं चहा प्यायलो.

माझ्या आणि मास्तरांच्या दोघांच्याही मनात कालवडच होती.

मास्तर म्हणाले, ''मला वाटलं, त्यांनी आपल्या दारच्या गाईला झालेलीच कालवड आम्हाला दिली. विकत घेऊन दिली, अशी कल्पनाच नाही. कुटुंबही काही बोललं नाही.''

मी विचार केला, कालवड गेली, म्हणूनच बसलो होतो. ती डोळ्यांना दिसली, बास झालं. सगळा इतिहास सांगून या मास्तरांच्या पोराच्या तोंडात पडणारं ते दूध कशाला नासवायचं? आई-आबांच्या मनाची तयारी झाली आहेच. मी तर आता बाहेरच पडलोय. मग आता या कालवडीचा लोभ कशासाठी? मास्तरांच्या सासऱ्याच्या दावणीपर्यंत तिचा प्रवास कसा झाला, ही कथा म्हणजे रहस्यकथाच असली पाहिजे. पण तिचा तरी शोध आता कशाला घ्यायचा?

मास्तरांनी काही विचार करून पुन्हा प्रश्न केला, ''पण तुम्ही कालवड कधी बाजारात विकणार नाही. पद्धत नाही तशी तुम्हा लोकांत. दूध, गाय यांचा इक्रा करायचा नाही. मग कालवड आमच्या सासऱ्यांपर्यंत आली कशी?''

मला खुलासा करणं अवघड होतं.

''मास्तर, आम्हा चळवळीतल्या लोकांनी काही नियम कडक पाळायचे असतात. एक म्हणजे फार बोलायचं नाही आणि तुम्हासारखे समजदार लोक आमच्या नावागावाची, जातीपातीची, धंदानोकरीची चौकशीही करत नाहीत.''

मास्तर वरमून म्हणाले, "खरं आहे, खरं आहे."

मी कालवडीचा विषय संपवून टाकला. पुन्हा अवाक्षर काढलं नाही.

आठवड्यामागून आठवडे चालले होते. काही करायचं नाही, दिवस नुसते घालवायचे, वाचायलाही काही मिळत नव्हतं. अगदी लहानपणापासून लागलेला हा छंद, वाचायलाच काही नाही, म्हणून बंद झाला होता. शिक्षणाच्या प्राथमिक अवस्थेतच मी कितीतरी पुस्तकं वाचून काढली होती. कोल्हापूरला असताना तर चित्रकलेचे वर्ग सांभाळून मी भरमसाट वाचन करत होतो. कथा, कादंबऱ्या, काव्य, चरित्र, आत्मचरित्र तर मी वाचत होतोच; पण अभिजात इंग्रजी ग्रंथांची मराठी भाषांतरंही वाचत होतो. सातपाटीच्या हायस्कूलमध्ये बरी लायब्ररी होती. तिच्यात असलेली काही पुस्तकं तर केवळ मीच वाचली असतील. महाकवी होमरकृत 'इलियडचे भाषांतर : भाग एक व दोन' हे पुस्तक काही इंग्रजी पाचव्या इयत्तेत शिकणाऱ्या मुलानं वाचावं, असं पुस्तक नाही. पण मी ते वाचलं होतं. सावरकर, हरि नारायण आपटे, नारायण हरि आपटे, नाथमाधव, केशवसुत, गडकरी, मोरोपंत, मुक्तामाला, माझे रामायण – जे हाती लागेल, ते अधाशासारखं वाचून काढायचं. आता यातलं काय कळलं, काय डोक्यावरून गेलं, हा भाग वेगळा!

चळवळीच्या धावपळीत वाचनाची उपासमार फार सोसावी लागली. थोडी-फार माणसं मात्र वाचता आली.

मास्तरांकडून कोरे, पाठकोरे कागद मिळवून पेन्सिलीनं रेखाचित्र काढण्याचा सपाटा मात्र मी सुरू ठेवला.

देशमुखांचा कुत्रा हा एकच विषय मला बराच काळ पुरला. त्याचं बसणं, त्याचं झोपणं, त्याचा आळस देणं, त्याचे पाय, पंजे, तोंड. या कुत्र्याची आणि माझी चांगली गट्टी जमली होती. एवढ्या बारीक नजरेनं त्याला बघणारा मीच आढळलो असेन. शिवाय माणूस हा प्राणी त्याला सर्वांत थोर वाटत असणार. कारण तो त्याला बांधून ठेवू शकत होता, खाऊ घालत होता आणि मारही देत होता. तो आपली चित्रंही काढतो, हे कळल्यावर माणसाविषयीचा त्याचा आदर आणखी वाढला असणार. मला तो त्याच्या डोळ्यांत आणि शेपटात दिसे.

या कुत्र्याकडं बघता बघता मला वाटे की, विचार करणं ही काही एकट्या माणसाचीच मिरासदारी नाही. हा कुत्राही कधी मला खोल विचारात बुडून गेल्यासारखा

वाटे. शिवाय मला शंका येई की, याला 'पुढचा विचार' ही करता येत असावा. जास्ती झालेली भाकरी त्यानं एकदा पुरून ठेवलेलीही मी पाहिली. त्याला तर्कही करता येत असावा आणि दुसऱ्याच्या कृतीचा अर्थही लावता येत असावा. या शहाण्या कुत्र्याचा मुक्काम बराच काळ माझ्याच दालनात असे.

खुंटीवर अडकवलेला कोट, जात्यावर ठेवलेली पादत्राणं, बैठकीवर बसलेली माणसं, खिडकीतून दिसणारी घरांची छपरं – असा कोणताही विषय मला चित्रासाठी पुरेसा होई.

काहीच मिळालं नाही, तर मी स्मरणानं रेखाचित्र काढत असे. फार क्वचित असा मी वाड्याबाहेरही जाई. एखादी गल्ली, केर उकरीत हिंडणाऱ्या कोंबड्या, कावळे, एखादं व्यक्तिमत्त्व असलेलं झाड – असले विषय बाहेर मिळत.

तारखा, वार याचं भान ठेवणं मी सोडून दिलं होतं. महिना कोणता, याचीही फारशी फिकीर राहिली नव्हती.

आला दिवस जाऊ द्यायचा, एवढं खरं.

अशात ध्यानीमनी नसताना प्रतिसरकारचे एक मोठे कार्यकर्ते देशमुखांकडं आले.

त्यांना पकडून देणाऱ्याला सरकारनं दहा हजारांचं बक्षीस जाहीर केलं होतं. माझी त्यांची मुलाखत झाली. मी इथं आहे, हे त्यांना ठाऊक होतं. किंबहुना त्यांच्याच आदेशानुसार मी इथं होतो. त्यांनाच कचरूभाऊंनी माझ्याबद्दल सांगितलं होतं.

ते म्हणाले, ''तुमच्यावर वॉरंट आहे, हे निश्चित का?''

''मीही त्याबद्दल साशंक होतो. पण आमच्या तालुका फौजदाराकडून कळलं की, चौकशीसाठी त्यांच्याकडे विचारणा झाली आहे.''

देहाच्या मानानं यांचा आवाज फार पातळ होता आणि गंभीर गोष्टसुद्धा सहज बोलायची आणि बोलणं संपल्यावर गंभीरपणे समोरच्या माणसाकडं पाहायचं. खरंतर हे उलट घडलं पाहिजे, असं मला वाटलं.

ते म्हणाले, ''बाकीचे पंधरा-सोळा, जे काही असतील, ते लोक पोलिसांच्या हाती पडलेत, तर आता ते तुम्ही आपणहून हजर व्हाल, अशा अपेक्षेनं वाट बघत असावेत. शिवाय तुम्ही संस्थानची हद्द कधी ओलांडताय, याच्यावरही त्यांची नजर असेल.''

त्यांच्या पातळ आवाजाला चांदीच्या नाण्याचा नाद आहे, हे माझ्या लक्षात आलं.

म्हणालो, ‘‘शक्य आहे.’’

‘‘बरं, तूर्त तुमची अडचण काय? सुरक्षित राहणं एवढीच ना?’’

‘‘ती तर आहेच, पण काही कार्यक्रमही मिळावा.’’

‘‘अहो, एक मोहीम आणि दुसरी यात स्थिरस्थावर व्हायला मध्ये वेळ जावा लागतो.’’

‘‘बराच गेला तसा, असं वाटतं.’’

‘‘कार्यक्रमाचाच एक भाग म्हणून करणार का?’’

‘‘सांगा.’’

‘‘आमचे एक चांगले कार्यकर्ते सात वर्षांसाठी जेलमध्ये गेलेत. त्यांच्या घरी पुरुषमाणूस नाही. पत्नी आणि दोन लहान लहान मुली आहेत. मोठी शेती आहे, गुरंढोरं आहेत. मोठा वाडा आहे. काही काळ तिथं जाऊन राहा.’’

‘‘कार्यक्रमाचा भाग म्हणून राहतो!’’

‘‘सैनिकाच्या कुटुंबाचं वेल्फेअर हाही कार्यक्रमापैकी एक महत्त्वाचा भाग आहे. त्यांना वाऱ्यावर सोडलं की, संघटना कमजोर होते. अखेर सैनिकही हाडामांसाचा माणूसच असतो. त्याला मागची काळजी असते. तिथं तुम्हाला संरक्षणही आहे आणि त्यांनाही आधार वाटेल तुमचा. गडीमाणसांचा धाक राहील.’’

माझ्या मनात आलं, मग मी माझ्या गावी होतोच की! तेही सैनिकाचंच कुटुंब. तिथंही बघणारा, कर्ता कोणी नाही. पण बोललो नाही. सैनिकानं आज्ञा पाळावी.

मुलाखत संपली.

कारण तेच म्हणाले, ‘‘झोपा जा आता निश्चिंत. रात्रीचे दोन वाजलेत!’’

आता या नव्या वाड्यात किती काळ राहावं लागणार, याची चिंता करीत मी झोपलो.

तरी मध्ये काही काळ वाट पाहण्यात गेलाच. मग एकवार देशमुखांच्या अनेक गड्यांपैकी एकजण बैलगाडी जुंपून तयारीनं आला. त्यानं वैरणीनं गाडी साठल्याच्या वरपर्यंत भरली होती. ती बघून मी म्हणालो, ‘‘फार गाडी भरली हो! बसायचं कुठं?’’

यावर गाडीवान खासगी आवाजात म्हणाला, ‘‘मुद्दामच भरली. तुमी-आमी सज बसल्यासारखं म्होरं, दांड्यावरच बसायचं....’’

फ्रंटसीटवर बूड टेकवण्यापुरती जागा होती खरी. म्हणजे शेतमालक आणि शेतमजूर असे दोघे वैरण घेऊन कुठं विक्रीला निघालेत, असं बघणाऱ्याला वाटावं.

हमरस्त्यावरनं नव्हे, तर गाडीवाटेनं आमचा प्रवास सुरू झाला.

गाडीवान मोठा गुलहौशी होता. त्याच्या बैदुलांसारखा गोल गरगरीत बैलांची नावं विचारल्यावर म्हणाला, ''तांबडा हाय, हा 'इंग्रज', आन् हा पांढरा – साहेब्या.''

नावं ठेवण्यातली ही कल्पकता मला विशेष वाटली.

''तुम्हीच ठेवली, का देशमुखांनी सुचवली?''

''मीच.''

''का बरं?''

''मज्जा!''

ही नावं मला फारच पसंत पडली, हे बघून त्याला आनंद झाला.

त्याचा आनंद अगदी साध्यासुध्या गोष्टीत होता. पान खाणं, गाडी जोरात पळवणं, मोकळ्या गळ्यानं गाणी म्हणणं, पल्लेदार शिव्या हासडणं, असल्या.

सकाळची सुरेख वेळ होती.

रंगात येऊन गाडीवान गाणं गाऊ लागला :

'गाडीच्या, रं गाडीवाना, तुज्या गाडीला नव्या धावा
गाडी चालली कोन्या गावा?
गाडीच्या रं, गाडीवाना, वाट निगाली नागमोडी
लेक माळ्याची डोळं मोडी!
गाडीच्या रं, गाडीवाना, बग चुकली तुजी वाट
लेक माळ्याची खटनट....'

वाटेच्या दोन्ही अंगांनी पिकं होती. सकाळच्या थंड हवेत आमची वाट हळूहळू ओसरत होती. ओढे-ओघळी, उतार-डगरी मागं पडत होत्या. मधेच गाडीवान कासरा माझ्या हाती द्यायचा आणि आपण चालत्या गाडीतून दांड्यावर पाय देऊन खाली उतरायचा. बाजूच्या उभ्या पिकात गडप व्हायचा. जरा वेळानं मागनं धावत यायचा आणि चालत्या गाडीत, दांड्यावर पाय देऊन चढायचा.

''का हो मधीच?''

''इराकतीला जाऊन आलो.''

''भले! मला सांगायचं नाही का, सोबतीनं मीही आलो असतो.''

''मग या की जाऊन! मी गाडी हुबी करतो.''

दमगीर बैल नाकानं फुस्कारे सोडत उभे राहत. खळाखळा धुरोळ्यावर धारा सोडत. मी पिकात जाऊन येई आणि पुन्हा प्रवास सुरू होई. मधेच कुठं कधी डाव्या, तर कधी उजव्या बाजूला काळ्या करड्या जमिनीची लांबडी पट्टी आणि तिच्यावर फुललेली कारळ्याची पिवळीरंजन फुलं दिसत. मला वाटे, गाडी इथंच थांबवावी, बांधावर बसावं आणि हे रान रंगांत धरता येतं का, हे बघावं.

कधी विशाल विस्तार असलेली उंच चिंच, पांढऱ्याधोट बगळ्यांनी फुललेली दिसे. तर कधी मोकळ्या काळ्या रानात झेपावून पारव्यांचा थवा उतरे. पांढऱ्या होल्यांच्या जोड्या गाडीपुढं तुरुतुरु चालत आणि बैलांचे पाय जवळ आल्यावर फडर्रकन् उडत.

एकदा एक चितूर दिसला आणि एकदा तर माळरानातून एक पुष्ट काळवीट दौडत आला आणि आम्हाला आडवा गेला. त्याला बघून गाडीवान भलताच हरकला. दांड्यावर तोल सावरीत उभा राहून क्षितिजाकडं बघत ओरडत राहिला.

"थ्यो गेला, थ्यो! आजून दिसतोय, हो – थ्यो!"

दुपार झाल्यावर वाटेवरल्या ओढ्यात आम्ही कठीण वाळू आणि सावली बघून गाडी सोडली. बैलांना पाणी पाजलं. वैरण टाकली. वाहत्या धारेत अंघोळी उरकल्या आणि करंजाच्या गार सावलीला बसून भाकरीचं गाठोडं सोडलं. मटकीची उसळ, भाकरी आणि कच्चा कांदा भरपेट खाल्ला. मुळा, हिरवी मिरची तोंडी लावली आणि झऱ्यातलं निवळशंख पाणी ओंजळीनं प्यालो. वाळूतच सावलीला, दुमडता हात उशाला घेऊन आडवे झालो आणि उन्हं उतरल्यावर पुन्हा गाडी जोडली.

मधल्या मुक्कामात वैरण बैलांपुढं टाकल्यामुळे थोडी कमी झाली होती.

वाटेवर संध्याकाळ झाली. दिवस मावळला. मावळतीला नाना रंगांची उधळण झाली. अंधारून आलं आणि मग बघता बघता आभाळ चांदण्यांनी भरून गेलं.

मी विचारलं, "रात्रभर वाटचाल करायची, का मुक्काम करायचा कुठं?"

"चला हो. आत्ता चांद उगवंल बघा."

आभाळ चांदण्यांनी एवढं गजबजलेलं होतं की, पांढरी गाडीवाट बैलांना बरोबर दिसत होती.

हलकेच झाडीच्या काळ्या भिंतीमागनं ताटाएवढा चांद वर आला.

कुठला तरी ओढा लागला. बेडकांचा कोरस आणि थंड शेवाळी वास आला.

चांदण्यात पाण्याची धार चमकली. वाहत्या पाण्याची खळखळ कानांवर आली.

"हितं काय पोटाला आधार करू या का, मालक?"

"करू या."

मग गाडी न सोडवता, आम्ही कासरा चाकाला गुंतवला. रानात बसून उरल्यासुरल्या भाकरीच्या गाठोड्यावर तुटून पडलो आणि फडकं झाडून उठलो. ओढ्याच्या धारेतच गाडी उभी करून गाडीवानानं शीळ घालत बैलांना पाणी दाखवलं.

चांदण्यात बराच काळ वाट चालल्यावर डोळे जड होऊ लागले. गारठा सुटला. वाटेत लहानसं गाव लागलं, निजानीज झाली होती. पण गाव सोडून थोडं पुढं येताच पांढरं देऊळ दिसलं.

गाडीवान म्हणाला, "या देवळात इसरांती घ्याची का? आत गारवा लागायचा नाही."

"घेऊ या."

देवळाच्या बाहेरच्या भिंतीला लागून त्यानं गाडी सोडली. जुवालाच बैल गुंतवले. देवळात जळक्या तेलाचा आणि शेणानं सारवलेल्या जमिनीचा वास होता. गाडीवानानं कांबळं आडवं अंथरलं. पटका उशाला घेतला. मी पिशवीतली चादर काढली, कपड्यांनी फुगलेल्या पिशवीचं उसं केलं.

– आणि दोघंही लवंडलो.

माझा डोळा लागला होता. मधेच मला हलवून जागं करत गाडीवान अगदी हलक्या आवाजात म्हणाला, "त्या वरच्या कोपऱ्यात कुणीतरी निजलंय, हो."

मी उठून बसलो आणि बघितलं. पार वरच्या उजव्या कोपऱ्यात; भिंतीला लागून कोणीतरी झोपलं होतं.

"कोन निजलंय ते? पावणे, अवं पावणे!"

मी जागा होताच बळ येऊन गाडीवानानं हाका दिल्या; पण ती आकृती हलली नाही.

"जाऊ द्या. आपल्यासारखाच कोणी वाटसरू दमून झोपला असंल!"

"छ्या छ्या, असं गहाळ राहून भागंल का? बिनवळखीचा माणूस. माझी बैलं हायेत बारा-बाराशेची. काय दगाफटका झाला, म्हंजे! कोन हाय, कोन न्हाई, चौकशी केली पायजे."

गाडीवानानं जवळ जाऊन बघितलं. तोंडावरनं पायांपर्यंत धोतर ताणून झोपलेला

गडी, अंगानं, उंचीनं भरपेट होता. त्याच्या अंगाचा कोणताही भाग उघडा दिसत नव्हता. अंगाखाली काही न अंथरता भुईवरच तो झोपला होता. उशाला फक्त जाड अशी कळकाची काठी होती. फरशी कुऱ्हाडीचा दांडा असतो, तेवढ्या लांबीची.

गाडीवान माझ्यापाशी येऊन कुजबुजला, ''फरशी कुराडीचा दांड हाय उशाला. तुमी झोपू नका मालक.''

तो खरंच भ्यालेला दिसला.

''काय खुळं काय तुम्ही? साप-साप म्हणून भुई धोपटायची?''

''आईशिप्पत. मला यो वाटसरू वाटत न्हाई. कुनीतरी भामटाच हाय.''

मग मीही जाऊन बघून आलो. मुद्दाम खाकरलो, पावलांचे आवाज केले. हाका मारल्या.

''कोण निजलंय ते? अहो, निजणार! पावणं, अहो, पावणं....''

एक नाही न् दोन नाही. अंगाला हात तरी कसा लावायचा?

परत येऊन बघतो, तो कांबळं-पटका घेऊन गाडीवान पार अंगणात गाडीपाशी गेलेला. बैलांशेजारी कांबळं टाकून मोकळा.

''गाढ झोपलाय! इतक्या हाका मारल्या; पण हलला नाही. एकाएकाची झोप असती अशी, तोंडावर पाणी ओतलं, तरी जाग येत नाही.''

''आयला, जित्तं हाय, का मढं बिडं हाय!''

''मढं?''

''म्हंजे मुडदा, हो! कुनी मारून हितं निजिवलेला. त्येचा काय नेम?''

आता माझीही झोप पार उडाली. देऊळ तसं गावाबाहेर ओसाड जागीच होतं. आजूबाजूला झाड, झुडूप, वस्ती काही दिसत नव्हतं. देवळाचं एकूण रंगरूप, धनगरांचा बिरोबा, म्हाकोबा असावा, तसं होतं. बाहेरनं देवळाला चुना दिलेला होता. वर शिखर नव्हतं. मी म्हणालो, ''मुडदा असला, तर मग काही भीती नाही तुमच्या बैलांना.''

''चेष्टा सोडा हो. मला हे लक्षन बरूबर वाटत न्हाई. वाटसरू म्हनावा, गोसाफिसावी, तर बरूबर काई झोळी-गठळी नकू का? काईच न्हाई. सळनळ आपला पसारलाय. स्वास दिखून वाजत न्हाई. झोप अशी असती? इतकी बेसावध? अशा आडरानात?''

उघड्या रानातला गारठा झोंबत होता. मी चादर पांघरूण बसलो. गाडीवान धोतर पांघरूण बसला. बैल कासेत तोंड घालून श्वास सोडत होते. टिपूर चांदणं. रातकिडे.

बसल्या बसल्या मी पेंगू लागलो. गाडीवान वरचेवर हलवून म्हणायचा, ''निजला काय हो?''

“नाही, जागाच आहे.”

“आयला, ही पिडाच झाली की. इसरांती घ्यावी जरा, म्हनून हितं गाडी सोडली, तर देवळाफुडं बसून जागरान घालायची पाळी आली.”

“तुम्ही पडा, मी राहतो जागा.”

“छ्या, तसं कसं? एकाला दोगं असलो, म्हंजे धीर असतो.”

अखेर पहाटेची चांदणी उगवली, तरी देवळातला गडी जागचा हलला नाही. त्यानं कूससुद्धा बदललेली दिसली नाही. मग मात्र गाडीवानानं बैल उठवून गाडी जुपली. म्हणाला, “बसा, मरू द्या त्यो. आपन आपली पुढली वाट धरू.”

आम्ही वाट धरली.

चांगलं उजाडलं, तेव्हा भलीमोठी जांभई देऊन गाडीवान म्हणाला, “रातसार ताठिवलं भाड्यानं.”

मी म्हणालो, “उगीचच भ्याला राव तुम्ही. दिवसभर चालून कंटाळलेला कुणीतरी वाटसरूच असणार.”

यावर गाडीवान काही बोलला नाही. नुसता गाडीचा खडखडाट, धडधडाट ऐकू येत राहिला. बऱ्याच वेळानं म्हणाला, “आयचा फोकला, हो! कशाला भेलो, तेबी कळलं न्हाई.”

जेवणवेळेच्या आधीच चिखली गावात पोहचलो. अगदी आडवळणी, लहान गाव होतं. इनामदारांचा वाडा शोधून काढायला वेळ लागला नाही. कारण सगळ्या गावात तीच एक मोठी वास्तू होती. वडीलधारे माणूस, जुना वटवृक्ष – यांच्यापाशी असतो, तसा एक आब या वास्तूला होता. बुरूज, मोठा दरवाजा, चौफेर दगडी तट – असा त्याचा दर्शनी वेष होता. अंगावर जागजागी काळाच्या खुणा होत्या. भव्य चेहऱ्यावर सुरकुत्या, पांढऱ्या मिशा, जन्मखूण असावी, अशा. कुठं बांधकाम झाडांच्या मुळ्यांमुळे चिरलं होतं. कुठं ढासळलं होतं. बुरुजावर गवत, वेली, झुडपं माजून खाली झुकली होती. वाड्यात बरीच मोकळी जागा आणि पिंपळ, आंबा, चिंच असले वृक्ष आहेत, हे बाहेरूनही कळत होतं. वरून बघणाऱ्याला डोहाचा अंत कळत नाही, तसा बाहेरनं वाड्याचा आतला विस्तारही कळत नव्हता.

दरवाजात शिरल्यावर ढेलजेला असलेल्या कुणा गडीमाणसानं मला चौक ओलांडून सदरेवर नेऊन बसवलं. आत जाऊन वर्दी दिली.

मग आतून बोलावणं आलं.

वाड्याची मालकीण म्हणजे लहानखुऱ्या, पण नीटस बांध्याची, नाकी-डोळी ठसठशीत अशी तेजस्वी बाई होती. वय काही फार नव्हतं. पंचविशीच्या आत-बाहेरच. प्रसन्न, निर्मळ हसून त्यांनी माझं स्वागत केलं. म्हणाल्या, ''या मामा, बरा झाला का प्रवास?''

''छान झाला.''

''आता आधी कडकडीत पाण्यानं स्नान करा, म्हणजे अंगावरची धूळ आणि शीण जाईल. मग जेवून मोठी झोप काढा. सवय आहे नं दुपारी झोपायची?''

मी म्हणालो, ''नव्हती; पण अलीकडं लागलीय. रात्रिंचराला दिवस एका ठिकाणी पेंगत, झोपतच घालवायचा असतो.''

यावर माई हसल्या. थोडं प्रौढ नाव होतं; मी त्यांना माईच म्हणायचं ठरवलं.

माईंना भावल्यांसारख्या दोन मुली होत्या. एक चार वर्षांची, एक सहा वर्षांची.

आईनं मामा म्हणताच त्याही 'मामा-मामा' म्हणत माझ्या भोवती राहू लागल्या.

घरात जुने-पुराणे असे बरेच नोकर-चाकर होते, तेही मला 'मामासाब' म्हणू लागले.

माईंचं माहेर इंदोरला होतं. ज्याला त्याला त्यांनी सांगून टाकलं, ''माझा भाऊ आलाय इंदोरहून.''

सख्खा म्हणून नाही, तरी चुलतभाऊ, आतेभाऊ, मामेभाऊ असा कोणीतरी मी शोभत असलो पाहिजे.

बाहेरून वाटत होता, तेवढा सगळा वाडाच नव्हता. तटाच्या आत लागवड केलेली थोडी जमीन होती. बांधून काढलेली बारव होती. एक लहानसं देवाचं देऊळ होतं. नोकरांना राहण्यासाठी कौलारू घरं होती. गुरांचा मोठा गोठा. तबेला.

मुळात वाड्याचेच किती भाग होते. माजघर, स्वयंपाकघर, शेजघर, दिवाणखाने, कोठी, मोठमोठी न्हाणीघरं. भिंतीतून वर जाण्यासाठी काढलेले जिने. वर दालनं. हातानं काढलेल्या मोठमोठ्या तसबिरी. कोनाडे, फडताळं, अंबारं. सगळं काही जुन्या पद्धतीचं. भक्कम. केवढे खांब, केवढ्या तुळया. केवढ्या चौकटी आणि केवढे प्रशस्त चौक. शंभर-सव्वाशे वर्षांपूर्वीचं बांधकाम असावं. या वाड्यात वावरायचं म्हणजे एकोणिसाव्या शतकात वावरण्यासारखं होतं.

सगळ्या वाड्याचा वापर नव्हता. जागोजाग कुलपं होती. वागायला पुरेसा, पण झाडलोटीला आवरण्याजोगा वाड्याचा भाग तेवढा वापरात होता.

एवढ्या पसाऱ्यात, भल्यामोठ्या कणगीत एकच दाणा असावा, तसा मी असायचो.

गाडीवान दादा आले त्या दिवशी मुक्कामी राहिले. भल्या पहाटे उठून गेले.

मी त्यांना जेव्हा म्हणालो, "जाताना सोबत?"

"हाय की; इंग्रज हाय, साहेब्या हाय...."

"ती आहेच हो; पण बोलाचालायला माणूस नाही."

"आता मी आडवाटेनं कशाल जातोय, राजरोस सडकंनं जाणार."

" – आणि रात्रीचा मुक्काम देवळात?"

"छ्या, आता भिंगरीसारखा सुटतो बगा, राती जेवणयेळंच्या आत पोचतो गावात. आता मन निसकाळजी हाय, का न्हाई?"

"तेवढं मात्र खरं!"

"सांगा देशमुखांना –"

"हां, सांगतो. जोखमीचा माल जागच्या जागी पोचवला म्हून."

" – आणि आपल्या मास्तरना रामराम सांगा."

"सांगतो. बराय. रामराम."

"रामराम."

"संबाळून ऱ्हा."

सांभाळून असा मी चिखलीला बराच राहिलो.

मुली अजून शाळेच्या वयाच्या झाल्या नव्हत्या. त्यांना मी गोष्टी शिकवल्या आणि मांजर, पाटी, छत्री, काठी असली चित्रं काढायला शिकवली.

कधी बाहेरच पायरीवर बसून मी त्यांना साबणाच्या फेसातून फुगे उडवून चकित केले. कधी चिखलाच्या लहान चौकोनावर देव्हाऱ्यावरचा देव पालथा दाबून उठवलेल्या ठशात, मेणबत्ती पेटवून वितळत्या मेणाचे ठिपके पाडले आणि काही वेळानं मुलींना डोळे मिटायला सांगून मेणाची सुरेख मूर्ती काढून दाखवली. कधी रानं-विहिरी धुंडून सुगरणीची रिकामी घरटी त्यांना आणून दिली, तर कधी डोंगरात राहणाऱ्या मोरांची पंखं. आपला मामा हा श्रेष्ठ प्रतीचा जादूगार आहे, तो वाटेल ते करू शकतो, अशी मुलींची खात्री झाली.

मन मानेल तेव्हा गावापासून बऱ्याच अंतरावर असलेल्या माईंच्या मळ्यात मी जायचो. मोट धरायचो, संध्याकाळी गाईंच्या धारा काढायचो, गुरांना वैरण तोडून घालायचो. दारं धरायचो आणि कधीकधी कुऱ्हाडीचे घावावर घाव घालून बाभळीची गाठही सरपणासाठी फोडायचो.

माझ्या या खटाटोपाकडे रानातले गडी, वाटेकरी चकित होऊन बघायचे.

ज्यांच्यावर हे काम सोपवलेलं असे, ते गडी मला हसून म्हणायचे, "तुमी करता हौसेनं. येतंयबी सगळं. म्हायतीही हाय; पन माईसाब एखाद्या दिशी आमाला कान धरून उठाबशा काढायला लावत्याल."

"का?"

"ही असली कामं तुमी लोक मामांस्नी कशी करू देता म्हून."

माईंच्या शेताचा विस्तार मोठा होता. काही ना काही कामं सदोदित चालू असायची. कधी पेरणी, कधी लावणी, कधी काढणी, कधी गुऱ्हाळ, कधी खळं, कधी शेंगांची काढणी. त्यात भाग घेतला की, दिवस उगवला कधी, मावळला कधी, कळायचं नाही. या चक्रात कधी विशेष प्रसंगही असत. मांजरी पिल्लं घाली. गाईला खोंड होई. म्हैस शिंग मोडून घेई. मोटेचा कणा विहिरीत पडे.

वाड्याचा तट कुठंतरी थोडा ढासळे.

कधी घबराटीचे प्रसंग येत.

एकदा माई संध्याकाळी माझी फार आतुरतेनं वाट बघत उभ्या राहिलेल्या दिसल्या. सगळ्या गडीमाणसांचे चेहरे गंभीर होते.

"काय हो माई? काय झालं?"

"मामा, मी तुमचीच वाट बघत होते. गोठ्याच्या छपरात मोठा साप आहे. कितीही आवाज केले, तरी तो जागचा हलत नाही. गडीमाणसं जनावरं बांधायला धजत नाही. काय करायचं?"

"मी बघतो आधी."

गोठ्यावर काडाचं भलं जाड आणि केवढं तरी लांबरुंद छप्पर होतं. काळ्या झालेल्या दांड्या, वासे आणि अंधार यांतून साप शोधून काढायला माझ्या नजरेलाही कष्ट पडले. पण अखेर दिसला.

सर्वांत उंच असलेला भाग – जिथं छपराचा मधला आडवा वासा होता, त्याच्या समांतर असा हा दांड्यात, काडांत घुसून एका जागी गप्प राहिलेला. हलायला तयार नाही. माझ्या कल्पनेप्रमाणं त्यानं भली मोठी घूस गिळली असली पाहिजे. हा नाग तर नक्कीच नव्हता. धूड मात्र राखी रंगाचं आणि भलं ऐदणच्या-ऐदण होतं. असला साप मी यापूर्वी कधी पाहिला नव्हता.

बाहेर येताच माईंनी विचारलं, "दिसला का?"

"दिसला."

"हा अशा जागी आहे की, मारायचा कसा?"

"मारता येईल. पण –"

बोलावं, का नको?

जवळ जाऊन माईंना बाजूला घेऊन विचारलं, ''हत्यार राहिलं आहे का, एखादं जप्तीतून?''

माईही थोड्या बुचकळ्यात पडल्या.

''आपली एक रायफल होती, एक डबलबारी बंदूक होती. दोन्हीही पोलिसांनी जप्त करून नेल्या.''

''गावात कुणाकडं आहे?''

हळूच म्हणाल्या, ''एक, तुमच्यापैकीच लोकांनी दडवलेली आहे. बघता का?''

''गडीमाणसांना कळेल –''

''कळू द्या.''

अंबारात दडवून ठेवलेली लांब नळ्यांची जुनी बर्मिंगहॅम शॉटगन होती. पाच काडतुसं होती. एक गोळीचं, तीन एलजी आणि फक्त एक चार नंबर.

काड्याच्या पेटीत एकच काडी असल्यावर रानामाळात आगटी पेटवणाऱ्या माणसाला जसं दैव आठवतं, तसं मला झालं.

उजव्या नळीत चार नंबर घालून खाली आलो. गोठ्यात गेलो आणि तोंडाचा पांढरट-पिवळट असा खालचा भाग जिथं दिसत होता, त्याच्या चार बोटं अलीकडं माशी धरून बार घातला.

कानठळ्या बसणारा आवाज!

काडाचे, लाकडाचे तुकडे, भुस्सा, धुरोळा आणि रपकन् खाली भुईवर आवाज.

तोंडाकडं वीतभर फुटून साप खाली पडला होता.

हे काय आहे? लहान अजगर? पण अजगर पाण्याच्या आसपास राहतं. हा विषारी 'व्हायपर' तर नव्हे? अंगावर ठिपके दिसतात. काही का असेना, मेला.

हात न लावता गड्यांनी दांडक्यावर घेऊन ते ऐदण बाहेर पडकात नेऊन टाकलं.

माईंनी बऱ्याच वेळानं विचारलं, ''मामा, विषारी जातीचा होता का?''

''छे, साधा उंदीरखाऊ साप. मारला नसता, तरी त्याचा तो निघून गेला असता.''

परसदारी, घरच्या माणसांसाठीच ओळीनं तीन संडास होते. मागच्या दारातून बाहेर पडून चांगलं दोनशे कदम तरी चालावं लागे. गावात इतरत्र कुठंही ही सोय नव्हती. शेती, ओढा, पडकी घरं यांचाच उपयोग होई, पण वाड्यातल्या विहिरीवर पाणी हापसायचा पंप होता, तशीच हीही आधुनिक सोय होती.

एका सकाळी मी इथं भयानक दृश्य बघितलं. मोठ्या कचकड्याच्या बाहुल्याएवढं एक, नुकतंच जन्मलेलं बाळ कोणीतरी केळीच्या पानात गुंडाळून खाली टाकलं होतं!

पांढुरक्या निळसर रंगाचं ते मोटलं बघताच, हे काय आहे, याचा एकदम बोध मला झाला नाही. निरखून पाहिल्यावर कळलं. सकाळची वेळ. सूर्य अजून उगवला नव्हता; पण दिशा फटफटीत झाल्या होत्या. केळीच्या हिरव्यागार पानात गुंडाळून नको त्या जागी टाकलेलं पोर पालथं पडलेलं होतं. त्याची एवढीशी कोवळी पाठ, जावळाचे केस, हाता-पायांच्या मनगटांवरचे करवे – सगळं मला दिसलं आणि हादरून गेलो.

हे पाहिलेलं आता कुणाला कसं सांगावं आणि दाखवावं?

बराच वेळ मी परसात उभा राहून विचार केला आणि मन घट्ट करून माईंच्याकडं आलो.

माझा चेहरा विलक्षण दिसत असला पाहिजे. कारण तो बघताच हातातलं काम सोडून माई उभ्या राहिल्या आणि त्यांनी विचारलं, "काय हो मामा? काय झालं?"

"काही नाही."

"मग चेहरा का असा? या, इकडं बाहेर."

गडीमाणसं यांच्यापासून बाजूला त्यांनी मुद्दामच नेलं असावं.

मला काही वेळ शब्दच सुचले नाहीत. पण अडखळत, थांबत मी जेव्हा माझ्या दृष्टीला काय पडलं, हे सांगितलं, तेव्हा त्यांचा चेहरा पांढरा पडला. उभ्या होत्या, त्या तोंड फिरवून परसदाराच्या दगडी पायरीवर जाऊन बसल्या आणि पदरानं तोंड झाकून खाली बघत राहिल्या.

मग त्यांनी मोठा सुस्कारा सोडला आणि माझ्याकडं बघितलं. काय करावं हे न कळून मी शुंभासारखा उभा होतो. माईंचा काळवंडलेला चेहरा, डोळे, सुकलेले ओठ बघून, आता आपण काय बोलावं आणि काय करावं, हे मला मुळीच सुचलं नाही.

माईच म्हणाल्या, "मामा, काय हो करू या?"

हे सगळं माझ्या विचारापलीकडचं होतं. मला काही मेळ घालता येत नव्हता. पण माईंनी काही अंदाज, काही आडाखा बांधल्यासारखा दिसत होता.

मी पटकन म्हणालो, "मला वाटतं, माई, कोणी दुसऱ्यानं बघायच्या आधी ते त्या जागचं हलवलं पाहिजे."

मी हे कोणत्या अर्थानं बोललो, हे माईंच्या लक्षात आलं. स्वत:शीच बोलल्यासारख्या त्या बोलल्या, "मुली झोपल्यात अजून. चला, बघू या."

मग आम्ही दोघंही तिथपर्यंत गेलो. अनपेक्षित प्रसंग ओढवला की, माणूस स्वत:ला किती विलक्षण गतीनं सावरतो, कुठलं धैर्य आणि समयसूचकता त्याच्यापाशी येते, कोण जाणे.

"हा संडास होय?" असं पुटपुटत, मी ओढून घेतलेलं दार ढकलून माई आत गेल्या. काही क्षणांतच बाहेर आल्या. त्यांचा मघाचा चेहरा आता नाहीसा झाला होता. करारी, कर्तबगार माईंचा चेहरा मी कधीच बघितला होता. आताचा चेहरा हा धीरगंभीर आईचा चेहरा होता.

त्यांनी आधी बाहेरून वाड्यात यायला जे परसदार होतं, ते बंद करून कडी घातली. मग झाडावर बघितलं. तत्काळ नाही; पण जराशानं मला या हालचालींचा अर्थ कळला. बाहेरची भटकी कुत्री, डुकरं आत येऊ नयेत, म्हणून त्यांनी दार लावलं होतं आणि कावळे, घारी झाडावर नाहीत, याची खात्री करून घेतली होती.

मला म्हणाल्या, "थोडा वेळ हितंच राहा. मी माणसं बघते."

मला फार वेळ उभं राहावं लागलं नाही. वाड्यातच म्हातारा झालेला एक लखोबा नावाचा गडी आणि मी कधीही न पाहिलेला एक मुंडासेवाला, मिशावाला माणूस अशी दोन माणसं आली. मिशावाल्या माणसापाशी मोठा हारा होता. लखोबापाशी केळीच्या पानाची मोठी गुंडाळी होती. हारा खाली ठेवून त्या मुंडासेवाल्यानं परसातल्या कडुनिंबाचे बरेच डहाळे काढले.

लखोबा मला म्हणाले, "तुमी जा मामा. अंघोळीचं पाणी काढलंय. कपडे ठेवलेत न्हाणीत आणि चहाही तयार आहे."

मी उभाच राहिलो.

मग मात्र लखोबांनी सांगितलं, "माईसाहेबांनी तुम्हाला लगेच पाठवून द्या, म्हणून सांगितलंय."

अंघोळ, कपडे करून मी चहा घेण्यासाठी पाटावर जाऊन बसलो, तेव्हा माई मुलींना दूध देत होत्या.

"बघ निलू, मामांनी तुझ्या आधी अंघोळसुद्धा केली आणि तुझ्या डोळ्यांवरची अजून झोप जात नाही. बरं का हो मामा, आज आपण निलू-मालूंना घेऊन बैलगाडीनं थोरल्या मळ्यात जायचं. तिथं मामा तुम्हाला विहिरीतलं कासव आणि मोठे मासे दाखवणार आहेत. त्या माशांना खाऊ घालण्यासाठी चिरमुरे न्यायचे जाताना आणि ओढ्याकाठी झाडीत हिंडून मोरांची पंखं गोळा करायची."

त्या दिवशी खरंच आम्ही सगळे मळ्यात गेलो.

दुपारचा स्वयंपाक मळ्यातल्या वस्तीवर शिजला. स्वयंपाक करायला स्वयंपाकीणबाई अंबूताई मात्र दिसल्या नाहीत. गड्यांच्या बायका हाताखाली घेऊन माईंनीच स्वयंपाक केला.

दिवसभर मळ्यात हुंदडून आम्ही उशिरा घरी परत आलो. आल्या-आल्या मुली जेवून झोपल्या.

वरच्या मजल्यावर येऊन माई म्हणाल्या, ''मामा, तुम्ही पलीकडच्या खोलीत बसा. मी इथं अंबूताईशी बोलणार आहे. जरूर पडली, तर तुम्हाला हाक मारीन. ऐकू या, त्या काय उत्तर देतात ते.''

नंतर इतर कोणी चाकरमाणसं आसपास नाहीत, याची खात्री करून घेऊन माईंनी अंबूताईंना बोलावलं. त्या आल्या आणि अंगभर पदर घेऊन समोर अदबीनं उभ्या राहिल्या.

माई म्हणाल्या, ''अंबूताई, तुम्ही निराधार बालविधवा. परगावच्या. आपल्या पायानं माझ्या दाराशी आलात. कर्मकहाणी सांगितलीत. कनवाळूपणानं मी तुम्हाला ठेवून घेतलं. चांगल्या ऱ्हायलात. तुमचं काम नीटनेटकं, निर्मळ आहे. हाताला चव आहे. मला वाटलं, वाड्याच्या आधारानं तुम्ही आता आयुष्य घालवाल; पण तुमचा विचार वेगळा दिसतोय. तुम्हाला इथं ऱ्हायचं नाही.''

अंबूताई खाली मान घालून उभ्या होत्या. त्या खालच्या आवाजात म्हणाल्या, ''असं काय बोललेय मी?''

''बोलला नाहीत, वागलात.''

''काय चूक झाली असंल, ती पदरात घाला. गरीब गाय मी तुमच्या बांधावरची. दया तुम्ही नाही करायची, तर कुणी?''

माई इथं थोडा वेळ गप्प झाल्या.

मग त्यांनी पुन्हा विचारलं, ''काही चूक घडली नाही का तुमच्या हातनं?''

''माझ्या ध्यानी आली नाही, ताईसाहेब. दाखवून द्या. मी ती सुधारीन.''

यावर मात्र एकदम विजेचा कडकडाट व्हावा, तशा माई बोलल्या, ''माझ्यापासनं काही लपवू नका, अंबूताई. सगळं मान्य करा –''

छातीवर हात ठेवून, धापा टाकत अंबूताई म्हणाल्या, ''मी काही केलं नाही.''

''दगडाचं काळीज आहे तुमचं! सगळ्या आईच्या जातीला कलंक आहात! मी सगळा तपास लावलाय दिवसभरात. बाळू पलीकडच्या खोलीत उभा आहे. त्याच्या तोंडून वदवू दे का?''

इथं अंबूताईचं अवसान गळालं. त्यांनी उभ्या उभ्याच धाडकन जमिनीवर घालून घेतलं. हमसून रडत म्हणाल्या, ''माझी चुकी झाली. डोळ्यांना दिसत असताना मी खड्ड्यात पडले.''

दीनवाण्या अंबूताई बरंच काही सांगत होत्या. माईंनी पुढं ऐकून घेतलं नाही.

त्यांना कीव आली नाही.

"तुम्ही काळजी नसलेल्या बाई आहात, अंबूताई! संकटात पडला, तेव्हाच मला येऊन सांगायला पाहिजे होतं. तुम्ही भयंकर गोष्ट केली आणि मला निस्तरायला लावलीत. एरवी, तुम्ही तुरुंगात गेला असता एवढ्यानं; पण तुम्ही तोही विचार केला होता. तुम्ही माझ्या आश्रयानं राहात होता. या वास्तूतली गोष्ट मी निस्तरीन, हे तुम्हाला ठाऊक होतं. आता तुम्ही आणि तुमची विनाशी बुद्धी! – मामा!"

पलीकडं बसून मी सगळं ऐकलंच होतं. हाक मारली, तेव्हा थोडा वेळ थांबून लगबगीनं गेलो.

"अंबूताईंचा या महिन्याचा आणि पुढच्या तीन महिन्यांचा पगार देऊन टाका. त्या उद्या सकाळी गावी जाणार आहेत."

सात वर्षं वाड्यात स्वयंपाकाला राहिलेल्या अंबूताई दुसऱ्या दिवशी गाठोडं, ट्रंक घेऊन वाड्याबाहेर पडल्या.

सदोदित दाढीची खुरटं वाढलेला, पंचा नेसून उघडाबंब हिंडणारा गावातलाच ब्राह्मणाचा आडदांड पोरगा – बाळू वाड्यात पाणी भरायला आणि रोजच्या देवपूजेला होता. त्याच्याही हातात नारळ दिला.

तुरुंगात अडकलेल्या नवऱ्याच्या मागं कोणत्याही प्रसंगाला ही बाई समर्थपणानं तोंड देईल. हिला कुणा पुरुषाचा पाठिंबा नसला, तरी काही बिघडणार नाही, असं मला वाटलं. माझी रवानगी इथं उगीचच झाली होती.

मी आता चिखलीला कंटाळलो. चळवळीला कंटाळलो.

माझी वाट कोणती होती?

हे माझं एवढंसं संस्थान स्वतंत्र होतं. भारताला स्वातंत्र्य नव्हतं, पण इथल्या राजानं एकोणचाळीस सालीच राज्यकारभाराची सूत्रं प्रजेच्या हाती दिली होती. एखाद्या स्वतंत्र देशात जाऊन राजकीय गुन्हेगारानं आश्रय घ्यावा आणि निर्धास्त राहावं, तसा मी आजवर राहिलो होतो. माझ्या हाती आहे, या रंगरेषेचा उपयोग करून मला इथं कोणी दोन वेळची भाकरी आणि वस्त्र देणार नाही का?

पंख पसरून भरारी तर घेऊ.

पुढं जे होईल, ते खरं!

गेटवरच्या शिपायानं नाव-गाव विचारलं, तेव्हा क्षणभर मी बावरलो आणि मग कितीतरी दिवसांनी माझं खरं नाव मी सांगितलं.

शिपायाच्या अंगावर गणवेश होता आणि सोपवलेलं काम बजावणं त्याला भाग होतं. त्यानं विचारलं, ''कुणाला भेटायचं आहे?''

''प्रेसच्या मॅनेजरना.'' असं म्हणून मी खिशातून पत्र काढून दाखवलं. ते बघून शिपायालाही नवल वाटल्याचं दिसलं. त्यानं पुन्हा एकवार मला वहाणांपासून केसांपर्यंत न्याहाळलं. चिखली मुक्कामी काही महिने राहून आल्यामुळे माझं रंगरूप प्रेसमध्ये चित्रकार म्हणून काम करण्याऐवजी खिळे-जुळाऱ्याचं काम करण्यालायक झालं असलं पाहिजे. शिपाईबोवा म्हणाले, ''जा.''

मी कसनुसं हसलो आणि त्या मोठ्या फाटकातून आत गेलो.

आखीव, रेखीव, रुंद रस्ता होता. दोन्ही बाजूंना मुद्दाम लावलेली झाडं होती. फुलं फुललेल्या बागांसमोर असलेले मालकांचे छानछोकी बंगले होते. आपण खासगी मालकीच्या इस्टेटीत आहोत, ही जाणीव सतत होत होती आणि कोणी हटकेल, ही धास्ती वाटत होती. खरंतर तसं वाटायचं काही कारण नव्हतं. मी, 'या,' असं पत्र आल्यावरच आलो होतो, आगंतुक नव्हतो.

ही 'उद्यम वसाहत' तशी मला नवी नव्हती. वयाची नऊ, दहा आणि अकरा अशी तीन वर्षं मी शेजारच्या कुंडल गावी होतो, तेव्हा संस्थानच्या मामलेदार कचेरीत (कारकुनाची, टॅक्स कलेक्टरची, जेलरची) नोकरी करणाऱ्या वडिलांच्या मागोमाग, इथल्या थिएटरात 'वऱ्हाडचा पाटील', 'म्युनिसिपालिटी', 'झाशीची राणी', असली प्रख्यात नाटक कंपन्यांची नाटकं बघायला आलो होतो. मोठ्या भावाच्या मागं लागून इथल्या पटांगणावर झालेले चुरशीचे क्रिकेट सामने मी पाहिले होते. इथले साहेबलोक आमच्या शाळेच्या समारंभांना अध्यक्ष म्हणून आले होते.

त्या काळी या वसाहतीत पाऊल टाकताना जी भीती वाटे, तिचा अवशेष अजूनही मनात होता. अश्मयुगातल्या सरपटणाऱ्या महाकाय प्राण्यांबद्दलच्या भीतीचा अवशेष म्हणून आपण अजूनही साप-सरड्यांना भितोच ना?

नवख्या घरात शिरलेला पाहुणा जसा भिंती, आढं बघत राहतो, तसा मी बंगल्यांकडे, झाडांकडे बघत चाललो होतो. आखीव रस्ता तसा मोकळाच होता. खाकी चड्डी, अर्ध्या बायांचा पांढरा शर्ट घातलेले दोन-चार कामगार तेवढे घाईघाईनं चालताना दिसले.

एवढ्यात मालकांपैकी कुणाची तरी कार सणाणत आली. वारा घोंगावत आल्यावर पालापाचोळा दूर उडावा, तशी रस्त्यावरची माणसं अदबीनं कडेला झाली. गाडीचं चाक गोऱ्यागोमट्या बाईच्या हाती होतं.

मी नारायणाच्या घरी पोहचलो, तेव्हा दुकानात लांबलचक अशा आडव्या टेबलावर वाकून तो कात्रीनं कापड कातरत होता. दुकान चांगलं नीटनेटकं होतं. एका बाजूला असलेल्या मोठ्या शेल्फवर भारी भारी कापडांचे तागे उभे ठेवलेले होते. दुसऱ्या बाजूला ओळीनं सहा शिलाई-यंत्रं होती. त्यावर सहा कामगार शिलाई करत होते. खाली चकचकीत तांबड्या लादीवर, रंगीबेरंगी कापडांचे तुकडे ढिगांनी पडले होते. यंत्रांचा आवाज होत होता.

कात्री हातात घेऊन कपडे बेतण्यात दंग असलेला नारायण, एखाद्या उमद्या खेळाडूसारखा दिसत होता. उंचापुरा, अंगानं भरलेला, डोक्यावर गच्च असे उधळलेले केस, अंगात स्पोर्टशर्टसारखा हिरव्या चौकडीचा पांढरा शर्ट, रंगीत खादीची अर्धी पँट, शर्ट आत खोचलेला, पायात अर्धवट बाहेर अशा चकचकीत पठाणी वहाणा, गळ्यात टेप.

दुकानात नव्या कपड्याचा वास होता. मी आगंतुक पाहुणा आत जाऊन उभा राहिलो. काही क्षणांनी नारायणाचं माझ्याकडं लक्ष गेलं.

मला वाटलं, हा नक्कीच मला ओळखणार नाही. गिऱ्हाईक समजून विचारणार, "काय शिवायचं आहे? कापड आणलंय? बघू?"

पण काही क्षण घेऊन का होईना, त्यानं ओळखलं.

"अरे, तू बरा इकडं?"

त्याच्या बोलण्यातही नटासारखा रुबाब होता.

मी हातातली पिशवी टेबलाच्या पायाशी उभी करून ठेवली. मोकळा उभा राहिलो. रेल्वेच्या तिसऱ्या वर्गाच्या डब्याचा वास माझ्या अंगाला येत असावा. माझ्या चेहऱ्यावर लाज, संकोच दिसत असावा.

"आलो. इथल्या प्रेसमध्ये नोकरी मिळाली."

"गुड! कसली?"

"आर्टिस्ट."

"अरे, वा! आणि आत्ता येतो आहेस, कोल्हापुरास्नं? बापू काय म्हणतोय? त्याचा सिनेमाधंदा वगैरे जोरात ना?"

मी आपली मान हलवली.

"मी गेलो होतो कोल्हापूरला, तेव्हा मुलगा झाला होता त्याला. वर्षा-दीड वर्षांचा होता. त्यानंतर काही –?"

"नाही."

दोन्ही पायांत अंतर ठेवून नारायण उभा होता. आपलं सुखवस्तू पोट पुढं काढून. दोन्ही हात हाफपँटच्या खिशात. एवढी चौकशी केल्यावर त्याच्या लक्षात आलं की, दुकानातच उभा करून याला आपण ख्यालीखुशाली विचारतोय, हे बरोबर दिसत नाही.

गळ्यातला टेप काढून टेबलावर ठेवत म्हणाला, "अरे, आत तरी ये."

समोरच्या दारावरचा पडदा बाजूला करून तो आधी आत गेला. मागोमाग पिशवी घेऊन मी गेलो. आडव्या लहानशा जागेत सोफा होता. खाली मॅटिंग, खिडक्यांना पडदे, सोफ्यावर विणकाम केलेले रुमाल, रेडिओ, फुलदाणी, चित्रं, फोटो.

दरम्यान, नारायण आत जाऊन, पुन्हा पडदा सारून, डोकावत म्हणाला, "तुला वॉश वगैरे घ्यायचा असेल. मग आतच ये."

जेवणघर, मधला पॅसेज ओलांडून मी मागच्या बाथरूममध्ये गेलो आणि हातपाय, तोंड स्वच्छ धुऊन आलो, तर जेवणघरातल्या लहानशा टेबलापाशी हा तबला वाजवीत बसलेला.

"ये रे, कॉफी घेऊ."

एकूण नारायणाचा धंदा उत्तम चालला असला पाहिजे. विद्यार्थिदशा संपून तो आता गृहस्थ झाला असला पाहिजे.

एक हाडकुळी, पाठीला पोक असलेली परकरी पोर दारातून डोकावून पळाली. अर्ध्या चड्डीतनं एक पोर येऊन उंबऱ्यावर उभं राहिलं. चौकटीला दोन्ही हात लावून. उजवा पाय हत्तीच्या सोंडेसारखा मागं-पुढं हलवत, जिभेचा आवळा गालात. डाव्या हाताला असलेल्या पार्टिशन पलीकडं स्टोव्ह वाजत होता. काकणांचा आवाज ऐकू येत होता.

मग ट्रे घेऊन, दोन वेण्या घातलेली नारायणाची बायको बाहेर आली. बळेच आणल्यासारखं लाडिक हसू तिच्या तोंडावर होतं. चापून-चोपून नेसलेली नऊवारी

लाल साडी, गोरा रंग, घारे डोळे.

नारायण म्हणाला, ''ही माझी बायको आणि कुंदा, हा आपल्या बापूंचा भाऊ – सर्वांत धाकटा – चित्रकार आहे. सगळी गुणी मंडळी आहेत ही.''

बायको मान कलती करून हसली, ''हो?''

मी मनात हिशेब केला, हा बहुधा प्रेमविवाह असावा.

कोणीच बोलत नाही, असा अवघडलेला वेळ मधूनमधून जात होता. बशीत चमचे वाजत होते. कॉफीच्या वासाला वेलदोड्याचा गंध येत होता.

नारायण म्हणाला, ''मध्यंतरी थोडी ट्रॅजिडी झाली आमच्या घरी. वडील एकाएकी हार्टफेलनं गेले.''

मी यावर तोंडानं चक्ऽ एवढा आवाज केला. चेहरा गंभीर केला. अशावेळी आवाजच उपयोगी पडतो, कारण काहीही बोललो, तरी ते खरं वाटत नाही. नाटकात खरे दागिनेही खोटे वाटतात, तसं!

नारायण म्हणाला, ''भावंडं लहान. आई नित्याची आजारी. मग कॉलेज, डिग्री मिळवणं वगैरे स्वप्न सोडून देऊन हातात कात्री घ्यावी लागली.''

वहिनींनी कपबशा, चमचे, पाण्याचे ग्लास हा पसारा आवरला. त्या आत गेल्या.

मधे थोडा वेळ गेल्यावर मी म्हणालो, ''बराच व्याप दिसतो दुकानाचा....''

''तर रे! आहेच कोण इथं दुसरं? हे एकच दुकान. डिप्लोमा आहे मला. फार काम असतं. सतत फॅशन्स बदलत असतात. गावचे, परगावचे कपडे, शाळेचे युनिफॉर्म्स... डॉक्टर्स, अधिकारी, त्यांचे सूटस. काही विचारू नकोस. कापडाच्या ढिगातनं डोकं वर निघत नाही.''

कॉफी, खाणं केव्हाच उरकलं होतं. आपण अर्धवट काम सोडून आलोय, ही जाणीव नारायणाला झाली. गडबडीनं उठून पोटावरची पँट वर ओढत तो म्हणाला, ''बरं, तू तूर्त आमच्याकडंच राहा – तुझं सगळं सुरळीत लागंस्तवर. मग पुढं ठरवू, काय करायचं ते. संकोच करू नकोस. कुंदा, तू बघ याच्याकडं. मी जातो दुकानात.''

– आणि गेला गडबडीनं.

मला हायसं वाटलं. सहजासहजी एक अवघड प्रश्न सुटला. नाही तर मी चक्क योजूनच आलो होतो, शेजारच्या गावी एखादी खोली मिळवायची आणि कामगारांसारखं

रोज पायी फेऱ्या मारायच्या. बघून बघून एखादी सायकल घेऊन टाकली, म्हणजे झालं. स्वत:चं जेवण स्वत: शिजवण्यापुरतं पाकशास्त्राचं ज्ञान मी मिळवलं होतंच.

जवळ होते, त्या कपड्यांपैकी बरी पँट-शर्ट घालून मी दुसऱ्या दिवशी प्रेसमध्ये हजर झालो. मॅनेजरच्या तोंडावर देवीचे व्रण होते. चेहरा गंभीर होता. खुर्चीच्या पाठीला कोट लावून ते उभ्या उभ्याच टेबलावरचे कागदपत्र पाहात होते. दुरून मशीन्सचा आवाज येत होता. रेल्वेत रेल्वेचा म्हणून खास वास असतो, तसा इथं प्रेसचा असा खास वासही होता. मी समोर जाऊन उभा राहताच, माझा नमस्कार घेत चष्म्यातून रोखलेली नजर म्यान न करता ते म्हणाले, ''तूर्त तुम्हाला एक रुपया रोजावर घेतलं आहे. सकाळी साडेआठ ते साडेचार अशी ऑफिसची वेळ आहे.''

मग त्यांनी घंटा वाजवून शिपायाला बोलावलं आणि म्हणाले, ''अरे, यांना आर्टिस्ट डिपार्टमेंटला घेऊन जा आणि आपल्या यांना म्हणावं, हे नवे चित्रकार. यांना काम द्या.''

ओळीनं टेबलं टाकून चार चित्रकार चित्रं काढीत बसले होते. रंगांचा वास, पोस्टर्स कलरच्या बाटल्या, बोर्ड, ब्रश बघून मला क्लासमधल्या दिवसांची आठवण झाली.

'आपले हे' म्हणजे धोतराचा काच्या मारलेले, पांढरा हाफशर्ट घातलेले आणि ओठांवर हिटलरकट मिशा असलेले हेड आर्टिस्ट होते. बाकीचे तिघे बोर्डांवर हात चालवता चालवता माझ्याकडं नजर टाकून घेत होते. गोठ्यात नवं जनावर आलं की, इतरांना काय वाटतं, तेच माणसांनाही वाटत असलं पाहिजे.

एक लहानसं टेबल आणि खुर्ची रिकामी होती. तिथं काम करणाऱ्या पहिल्या आर्टिस्टचं काय झालं होतं, कुणाला ठाऊक! 'बसा,' म्हटल्यावर मी त्या खुर्चीवर जाऊन बसलो. काच्यावाल्यांनी एक हस्तलिखिताचा गठ्ठा माझ्यापुढं टाकला. म्हणाले, ''हे वाचून बघा आणि आवडेल ते निवडून, त्याला अनुरूप अशा स्टाईलमध्ये इलस्ट्रेशन काढा.''

त्यांच्या भाषेवरून वाटलं, यांचं आडनाव बहुतेक हुल्याळकर, इंगहळ्ळीकर असेल, पण नव्हतं. ते सोमपूरकर होतं.

लवकरच माझ्या लक्षात आलं की, गोष्ट, लेख, कविता वाचून चित्र काढणं म्हणजे चाल ऐकल्यावर त्याबरहुकूम गाण्याचे शब्द टाकण्यासारखे आहे. याला प्रतिभा हुकमी हवी. निदान सराव हवा. तो आपला नाही. नाउमेद न होता मेहनतीला

लागलं पाहिजे. चिंतेत पडलो.

तेव्हा शेजारचे पोरगेले चित्रकार म्हणाले, "असं करा, ही जुनी इंग्रजी मासिकं चाळा. त्यातला रेफरन्स घ्यायचा आणि बाईला फक्त साडी, ब्लाऊज, कुंकू लावायचं. काम्पोझिशन्स, पोझेस सगळं मिळतं यात."

उत्तरोत्तर मला काम भारी जाऊ लागलं. रोजंदारीवरनं कधी काळी आपण कायम होऊ, ही आशा मावळू लागली.

सकाळी आसपासच्या गावांकडून सायकलींचे लोंढे उद्यमनगरकडं लोटत. माझ्या परिचयाचे कित्येक चेहरे त्यात दिसत. प्राथमिक शाळेत माझ्या बरोबरीनं धुळाक्षरं शिकलेली पोरं आता बापई होऊन, धगधगीत भट्ट्यांपुढं दिवसभर कामं करीत होती. एकदा तर फाटकातून आत घुसता घुसता भगवंत मास्तरांचा सोन्या दिसला. त्याचा तो मिश्कील चेहरा आता किती काळवंडून गेला होता. हा माझ्या बरोबर चोरून पोहायला यायचा आणि उनाडपणा करत आम्ही ओढ्यानं भटकायचो. केवळ त्याला बघून मला सगळा ओढा आठवला. शेवाळी वास. बेडकांनी धारेला घातलेल्या लांबलचक, गिळगिळीत अंड्यांच्या माळा, माशांसारखी दिसणारी बेडकांची असंख्य पोरं आणि पहिलवान असतात, तसे एकमेकांच्या पाठीवर बसलेले लठ्ठलठ्ठ बेडूक.

जनता म्हटलं की, जनार्दन आठवतो; सोन्या म्हटलं की – '– पेक्षा पिवळं' आठवण्याऐवजी मला चक्क बेडकं का आठवावीत?

मला बघताच सोन्या म्हणाला, "तू कशाला रे, यात आलास?"

आणि वेळ चुकू नये, म्हणून घाईघाईनं लोंढ्यातनं पुढं गेला. त्याला वाटलं असावं, मी कामगार झालो.

एकदा केशरी रंगाचं गंध लावलेला जैनाचा बाळिशाच भेटला.

म्हणाला, "ओळखला का? मी बाळिशा जैन."

याचे शाळेच्या वाटेवर पेढेबर्फीचे, गोडीशेव आणि गुडदाणीचे दुकान होते आणि मिठाईबरोबर तो गोवा लॉटरीची तिकिटंही विकायचा. माशासाठी डोहात गळ सोडावा, तशी लोखंडी चिमट्यांना अडकवलेल्या तिकिटांची माळ याच्या दुकानाच्या आढ्यापासनं खाली सोडलेली असायची.

पगार झाला की, आमचे आबा एक तिकीट घेऊन येत आणि जेवणाअगोदर आईची बोलणी खात. कारण वर्षानुवर्षं तिकिटं काढून त्यांना कधी एकवारही बक्षीस लागलं नाही.

मग आपल्या हाताला यश नाही, असं पक्कं ठरवून त्यांनी एका एका मुलाच्या

हातून तिकिटं काढून पाहिली. पण लॉटरीतलं यश एकाही पोराच्या हाती नव्हतं.

एके दिवशी आबा मला म्हणाले, ''चल रे, आपण बाळिशाच्या दुकानी जाऊ.''

मिठाई मिळणार, म्हणून मी हरखून, उत्साहानं गेलो, तर तिथं पोहोचताच तिकिटांच्या माळेकडं बोट दाखवून आबा म्हणाले, ''यातलं तुला वाटेल ते घे.''

मी घेतलं. बाळिशानं चार रेवड्या मला तशाच दिल्या.

– आणि काय चमत्कार, या खेपेला लॉटरी लागली आणि आबांना शंभर रुपये मिळाले!

माझ्या या हातगुणाचा बभ्रा लवकरच सर्व गावभर झाला आणि अत्यंत वात्सल्यपूर्ण वागणूक देऊन, मुगाचा लाडू खायला देऊन, काही बायकांनी माझ्या हातून तिकिटं काढून घेतली, पण पुढं कधीही माझा हातगुण फळला नाही.

लॉटरीची तिकिटं आणि पेढे-बर्फीची ताटं विकणारा बाळिशा उद्यमनगरात काय बरं करत असेल?

आंब्याच्या मोहोराचा सुवास वातावरणात दरवळू लागला. उन्हाळ्याची सुट्टी येऊ घातली आणि घरात पोरं 'ताई येणार, आता ताई येणार' म्हणून घोकू लागली.

पुण्याला शिकत असलेली ही ताई कशी बरं असेल?

ताई येण्याआधीचा आठवडा फार सावकाश संपला.

एके दिवशी गोरीगोमटी, माझ्याच वयाची ताई बॅग घेऊन टांग्यातून उतरली. आपल्या घरी हा तिऱ्हाईत कोण, अशा नजरेनं तिनं माझ्याकडं पाहिलं. मी मनात म्हणालो, शिष्टच दिसते. असेना! आपल्याला काय?

काही दिवस माझ्या दृष्टीनं ती एक 'रेफरन्स' होती. तिच्या ध्यानात येणार नाही, अशा बेतानं मी माझ्या स्केचबुकात तिची रेखाटनं करू लागलो. कॉटवर वाचत पडलेली ताई, सकाळी वेणी-फणी करणारी ताई, आरामखुर्चीतली, उघडलेल्या वर्तमानपत्रामागची ताई, पाटावर तांदूळ घेऊन एकाग्रपणे खडे वेचणारी ताई.

मी स्केच करतोय, हे पुष्कळदा तिच्या ध्यानात येई. तिरप्या नजरेनं ती माझ्याकडं हळूच पाहूनही घेई आणि मला नीट स्केच करता यावं, म्हणून एकाच पोझमध्ये बराच वेळ राही.

एरवी पुस्तक वाचताना लक्षात न आलेले पुस्तकातले बारकावे तेच पुस्तक आपल्या भाषेत भाषांतराला घेतल्यावर जसे ध्यानी येतात, तसे या स्केचिंगमुळे ताईचे काही बारकावे माझ्या ध्यानात आले. पहिली गोष्ट म्हणजे ताईचे ओठ जांभळासारखे रसरशीत, पुष्ट होते. रेनॉच्या पेंटिंगमधल्या स्त्रियांची असते, तशी ताईची छाती गोल आणि जड होती. ताईचे डोळे मोठे मोठे, काळेभोर आणि स्वच्छ, पारदर्शी होते. केस खूप दाट आणि लांबसडक होते. ताईचं सगळं शरीर प्रमाणबद्ध आणि डौलदार आहे, हे तर कुणालाही वाटलं असतं; पण मला एक विशेष गोष्ट जाणवली. ताईचं साम्य मनुष्यजातीपेक्षा पक्ष्याच्या जातीशी अधिक होतं आणि पक्षीसुद्धा मोराच्या वर्गातला!

तोच चपळपणा, हालचालीत तोच डौल, तीच वळणं आणि वेलांट्या. तोच बुजरेपणा, तेच मागचा पिसारा जपणं आणि फुलवणं. तीच रेशमी झळाळी. तीच सळसळ आणि त्याच केका.

मी काढलेली रेखाटनं बघण्याची उत्सुकता तिनं बरेच दिवस आवरली; पण एकदा चिमुकली सुमा आली आणि मला म्हणाली, ''ताईनं तुमची वही मागितलीय बघायला.''

मीही ती तत्परतेनं दिली आणि अभिप्रायाची वाट बघत राहिलो.

सुमानंच वही आणून दिली आणि काहीही अभिप्राय न पोचता करता ती फ्रॉक उडवत आत पळाली.

एकवार वाटलं, आपणच विचारावं, कशी वाटली स्केचेस म्हणून! पण अभिमान आडवा आला. मी का विचारावं? वाटलं तर तिनंच येऊन सांगावं.

मधल्या खोलीत मी एकटाच आरामखुर्चीत झुलत बसलो होतो.

ताई चौकटीत चित्रासारखी येऊन उभी राहिली.

आजूबाजूला कोणी ऐकत नाही, अशी खबरदारी घेऊन हलकेच म्हणाली, ''मी काही इतकी सुंदर नाही.''

''म्हणजे सुंदर आहे; पण इतकी नाही. म्हण माहीत आहे नं? काही गुण सोन्याचा, काही सोनाराचा.''

यावर सुरेख हसणं आणि नाहीसं होणं.

ताईचं हसणं स्वच्छ आणि निर्मळ होतं. मला ते दयाळ पक्ष्याच्या लकेरीसारखं ऐकत राहावं, असं वाटायचं.

एकमेकांना पाहावं, पाहावं वाटणं झालं. मग एकमेकांशी बोलावं, बोलावं हे

झालं. शेजारून जाता जाता अंगावर सर्रकन शहारे येणं, हेही झालं. मग निसटता, अपुरा स्पर्श आणि तो आठवून रात्री अंथरुणावर दीर्घ श्वास.

याच काळात एक नित्य होणारा संवादही झाला.

ताई म्हणाली, ''तुम्ही मला ताई का म्हणता? चिमुरडी पोर नाही मी. नावानं हाका मारत चला.''

मी म्हणालो, ''बरं. पण मला तू 'अहो, जाहो' का करतेस? मी काय प्रौढ आहे?''

यानंतर मी तिला 'अगं, उमा' म्हणू लागलो आणि ती मला 'ए राजा' म्हणू लागली.

अवघड प्रांत सुरू झाला....

इथवर नारायण अगदी शहाण्यासारखा, म्हणजे त्या तीन माकडांसारखा होता. कानांवर दोन्ही हात, डोळ्यांवर दोन्ही हात, तोंडावर दोन्ही हात. हे त्याचं वागणं घरातल्या कर्त्या पुरुषाला न शोभण्यासारखं होतं.

वहिनी तर अडाणी बाईसारखीच वागली. तिनं एकवार चक्क मला विचारलं, ''तुम्हाला पोहायला येतं का हो?''

मी म्हणालो, ''हा प्रश्न तुम्ही मरळ जातीच्या गोड्या पाण्यातल्या माशाला किंवा कासवाला किंवा रानबदकाला विचाराल का?''

''मग आम्हा दोघांना तुम्ही पोहायला शिकवा!''

दोघांना? माझा प्रश्नार्थक चेहरा.

''दोघांना म्हणजे मला आणि यांना नाही हो. त्यांना पाण्याची भीती वाटते. मला आणि उमाला.''

'आंधळा मागतो एक डोळा, देव देतो दोन!'

उद्यमनगर वसाहतीच्या बाहेर एक भलीमोठी, चौफेर बांधून काढलेली विहीर होती.

मालकांनी हीही सोय केलेली होती. वसाहतीत जशी एकसारखी एक टुमदार कौलारू घरं होती, सुरेख आखीव रस्ते होते, वीज होती, नळाचं पाणी होतं, हायस्कूल, क्रीडांगण, हॉस्पिटल, थिएटर, बाग होती; तशी पोहायला विहीरही होती.

गर्दीची वेळ टाळून आम्ही तिघे – मी, उमा, वहिनी आणि आमचं पोहणं बघायला म्हणून उमाची दोन भावंडं – असे लवाजम्यानं पोहायला जाऊ लागलो. एका ओळखीच्या शेतकऱ्याला सांगून मी या कामासाठी गव्हाच्या काडांचा मोदळा बनवून आणला होता. हा कमरेला वर बांधला की, माणूस तरतो, बुडत नाही. कितीही घाबरला, आडवा झाला, तरी त्याला भीती नसते. शिकवणाराची मेहनत वाचते.

वहिनी चापून चोपून नेसलेल्या पातळाचा दोन्ही मांड्यांवर काचा मारून पाण्यात उतरायच्या. उमा भलतीच धीट. ती खेळाच्या मैदानावर घालायची, तशी अटकर निळी चड्डी आणि कॉलरवाला पांढरा हाफशर्ट घालून पाण्यात पडायची. सर्वांग चिंब भिजवून ती वर येऊन पायरीवर अंग आखडून उभी राही, तेव्हा तिच्या ओल्या लावण्यावर नजर ठरत नसे.

मोदळा एकच होता. त्यामुळे पहिल्यांदा वहिनी तो बांधायच्या. त्यांचा एक हात धरून मी पाण्यात उतरायचो आणि त्या कुत्र्याच्या स्टाईलनं हातपाय मारू लागल्या, म्हणजे प्राणरक्षकासारखा मी त्यांच्या बाजूबाजूनं पोहायचो. उमा विहिरीच्या सर्वांत खालच्या पायरीवर बसून हसत हसत बघायची, किंचाळायची, टाळ्या पिटायची. पोरं वर काठाशी बसून खिदळत असायची.

वहिनी दमल्या, म्हणजे वर यायच्या. आडोशाला जाऊन कपडे बदलायच्या आणि पोरांना सांभाळत काठावर बसायच्या किंवा त्यांना घेऊन पलीकडं बांधाला चिंचा-कैऱ्या पाडायला जायच्या.

उमा पाठीशी मोदळा घेऊन गटांगळ्या खायची. मला वरचेवर हात द्यावा लागायचा. कधीकधी मोदळा न बांधता आत जाण्याचा हट्ट करायची आणि मधेच घाबरी होऊन मला मिठी घालायला बघायची. मग भीती मोडण्यासाठी पोटाखाली दोन्ही हात देऊन तिला तरतं ठेवावं लागे. असा बराच वेळ जाई.

"पुरे हो, उशीर झाला. चला आता,"

अशा वहिनींनी वरचेवर हाका दिल्या, म्हणजे निथळत्या, ओल्याचिंब अंगांनी आम्ही वर येत असू.

पोहायला शिकणं म्हणजे काही चार दिवसांचं काम नव्हे. शिवाय रोज वेळ मिळायचाच, असंही नाही. बरेच दिवस हा कार्यक्रम चालू राहिला.

एकदा उमा मला हळूच म्हणाली, ''तू भिजल्या केसानं आणि उघड्या छातीनं वर आलास की, माझ्या अंगावर शहारे येतात. छान दिसतोस!''

तिला पाण्यावर तरायला यायला लागलं, तसा मी म्हणालो, ''तू आता बुडायला शीक.''

हेतू तिच्या लक्षात आला नाही. म्हणाली, ''रोज डोकं भिजेल. माझे केस हे असले, शेगडीवर धरले, तरी वाळायचे नाहीत दिवसभर.''

दुपारी विहिरीत लख्ख उन्ह येई.

उमा वर तरत असली, म्हणजे मी हळूच पाण्यात बुडी घेऊन खोल जाई आणि खालून वर बघे.

घडानं भरलेल्या द्राक्षवेलीच्या मांडवाकडं बघावं, तसा!

मग केसांची पर्वा न करता उमा बुडायला शिकली. निळ्या-निळ्या पाण्यात डुबी घेऊन आम्ही दोघंही काचेच्या पेटीत गुलाबी मासे एकमेकांसमोर येऊन कल्ले हलवीत पाहतात, तसे एकमेकांना पाहू लागलो.

असं पाहताना एकदा मी तोंडाचा माशासारखाच चंबू केला, तेव्हा भसकन उमा पाण्याबाहेर आली. मागोमाग मीही आलो, तर दोन्ही हातांनी चेहऱ्यावरचं पाणी निरपून तिनं माझ्यावर डोळे वटारले आणि मानेनं इशारा केला.

वहिनी आणि पोरं वर पायरीवर बसून बघत होती! (आम्ही फार पाण्याखाली नव्हतो, काही केलं असतं, तरी वरून नक्कीच दिसलं असतं – स्पष्ट.)

एकदा वहिनी आणि पोरं चिंचा पाडायला बाजूला गेल्यावर मी बुडून खोल गेलो. माझ्या मागोमाग उमाही बुडाली आणि खोल आली. मी दोन्ही हात तिच्या दिशेनं पसरले, ती आली. पावलापासून ओठापर्यंत तिला जवळ ओढून मी ओठांवर ओठ टेकले. दमछाक होऊन धडपड करत उमा मासळीसारखी पाण्यावर उसळून गेली. मीही डोकं वर काढलं, तर तांबडीलाल होऊन ती पायरीपाशी चिकटून उभी होती. मला बघताच तत्काळ तिनं पाठ फिरवली.

जीवनानं मला दिलेलं; ते पहिलं चुंबन होतं.

परतीच्या वाटेवर उमानं माझ्या डोळ्याला डोळा दिला नाही. ती गप्प गप्प होती.

एकटी गाठून मी हळूच विचारलं, ''आवडलं नाही, उमा?''

नजर खाली ठेवूनच तिनं 'नाऽऽऽही' अशी दक्षिणेपासून उत्तरेपर्यंत मान हलवली.

पण एकूण पाण्यात चुंबन वगैरे प्रकार अवघडच.
माशांनाच ते जमतं.

नारायण आणि वहिनी आपल्या खोलीत जाऊन झोपेपर्यंत मी पुष्कळदा मेमरी स्केचेस्च काढत, दार बंद केलेल्या दुकानात टेबलापाशी बसत असे. घरातले सगळे दिवे बंद असत.

अकरा वाजून गेल्यावर हळूच उमा बाहेर येई आणि माझ्यासमोर बसून हात सहज टेबलावर ठेवी.

मधल्या चौकटीवर फुलाफुलांच्या पडदा लोंबत असे. त्याच्याकडं वरचेवर दोघांच्या नजरा जात.

मग हळूच तिचा मऊसूत हात मी हातात घेई.

तेवढ्या स्पर्शानं दोघंही चंद्रज्योती उजळाव्यात, तसे उजळून जात असू.

टेबलाखाली पाय पायांना शोधत. माझ्या पावलांची पालथी बोटं तिच्या पोटरीपर्यंत वर सरकत.

हलकेच सीत्कार करून उमा टेबलावर कपाळ टेके.

एकदा म्हणाली, ''याचा शेवट कुठं होणार रे?''
मी गप्प.

एकदा चिंब स्वरात मी तिच्या कानाशी कुजबुजलो, ''एवढ्यावर समाधानच होत नाही.''
तर उमानं माझ्या कानात तोंड घालून विचारलं, ''आणखी काय हवं?''

– आणि एकदा तिनं विचारलं, ''पुढं रे काय?''
मी म्हणालो, ''माझं सगळं आयुष्य वाऱ्यावर आहे, उमा.''

तिला माझ्या देशभक्तीबद्दल काही कल्पना नव्हती. आजवर कधी मी बोललोही नव्हतो. तिला वाटलं असेल, याचं शिक्षण अर्धवट राहिलंय. कुणाचा पाठिंबा नाही. पैशाचं पाठबळ नाही. नोकरीत स्थिरता नाही, म्हणून हा भविष्याबद्दल काही बोलत नाही.

माझे केस नीट करत ती म्हणाली, ''असं का समजतोस? तुझ्यापाशी कला

आहे. मोठा चित्रकार होशील. तूही भावासारखं नाव, यश, पैसा मिळवशील.''

माझ्या उजव्या हाताचा मोठा तळवा, लांबलचक बोटं यावर तिनं आपला एवढासा हात फिरवला. आपला पंजा माझ्या पंजावर ठेवला.

''किती लहान आहे नाही?''

मी म्हणालो, ''लहान हाताची माणसंच मोठे बेत करतात.''

उमा म्हणाली, ''पुरे, पुरे.''

– आणखी एकदा म्हणाली, ''तुझं मी कधीचं बघतेय, बोलता बोलता एकदम कुठंतरी जातोस. देहानंच केवळ इथं राहतोस.''

असं करता करता उमाची सुट्टी संपत आली. रात्री दुकानात हातात हात घालून बसण्याचा प्रकार बराच वाढला. आणि एके दिवशी दाणकन, मधला पडदा बाजूला झाला. दादासाहेब आमच्या समोर येऊन उभे राहिले. त्यांचे ओठ रागानं थरथरत होते. संताप अनावर झाल्यामुळे काही क्षण ते नुसते थरथरत राहिले आणि एकदम स्फोट झाला.

''गेला महिना, दीड महिना तू माझं रक्त पितोयस, राजा! मित्राचा भाऊ म्हणून मी तुला घरात ठेवून घेतलं, खाऊ-जेवू घातलं. त्याची फेड तू अशी केलीस! तुला शरम वाटायला पाहिजे. भुकेकंगाल, दिडकी जवळ नाही, मिळवायची अक्कल नाही. एक रुपया रोजगार मिळवतोस आणि तुझं धंदे हे?''

उमाला हा परिणाम इतका अनपेक्षित होता की, ती अवाक होऊन पदरानं तोंड झाकून थरथर कापत उभी होती. तिला धीर आला, तो एवढंच बोलायचा, ''पण दादा, त्यालाच एकट्याला का –''

यावर दादांनी मधेच घाव टाकला, ''महामूर्ख आहेस तू, उमे! मुकाट्यानं आत जा. एक शब्द बोलशील, तर कानफटात देईन. जा!''

उमा एवढी भ्याली की, दाराकडं वळून आत गेली.

हा राक्षसपार्टीसारखा ओरडून पुन्हा म्हणाला, '' – आणि तू आत्ताच्या आत्ता चालता हो माझ्या घरातनं – हां!''

संतापाच्या भरात तो आत गेला. माझी पिशवी, चादर, कपडे, ड्रॉईंगचं सामान भराभरा गोळा केलं आणि दुकानाचं दार उघडून ते सगळं बाहेर भिरकावलं.

मी बाहेर गेलो. बाहेरचा दिवा पेटवला. अंगणात प्रकाश आला. पिशवी उचलली. चादर, कपडे, ड्रॉईंगचं सामान गोळा केलं. आत खुंटाळ्याला होता, तो कोट काढून घेतला. पायात वहाणा सरकवल्या आणि नारायणाच्या डोळ्याला डोळा

देऊन म्हणालो, "बरं आहे. जातो."

माझ्या पाठीमागं धाडकन दार लावून बोल्ट सरकवल्याचा आवाज ऐकला. लाईट घालवल्याचंही पाठमोरा होतो तरी जाणवलं.

मी मागं वळून पाहिलं नाही.

रस्त्यावरचे दिवे जळत होते. निर्मनुष्य, रुंद रस्त्यावरून चप्पल ओढत मी मुख्य गेटपाशी आलो. रात्रपाळीच्या शिपायाला ओळख पटली. त्यानं कुलूप काढून गेट थोडंसं उघडलं. मी बाहेर पडताच लावून घेतलं.

मी रेल्वे-स्टेशनवर गेलो. त्या लहानशा स्टेशनावरही शुकशुकाट होता. फलाटाकडं बघत मी बाकावर बसून राहिलो. समोर वारा कागदांचे कपटे उडवीत होता.

उगीच वाटलं, बॅग घेऊन तूही मागनं यावीस. म्हणावंस, "चल, जे भोगायचं, ते दोघं मिळून भोगू."

स्टेशनवरच्या मोठ्या घड्याळात बारा वाजले, एक वाजला, दोन....

सकाळी कोल्हापूरला पोहचलो.

घरी गेलो नाही. अकरा वाजेपर्यंतचा वेळ रस्ते तुडवीतच घालवला. अकरा वाजता सिटी पोस्ट-ऑफिसकडून 'करवीर पेटा', या कचेरीकडं गेलो. हे ठिकाण परिचयाचं होतं. संशयावरून धरून आणून इथंच माझी जाबजबानी घेतली होती. थोडक्यात सुटलो होतो. वॉरंट नव्हतं.

पाटी वाचून मी नेमक्या खोलीत गेलो.

देह मावत नव्हता, अशा खुर्चीत इन्स्पेक्टरसाहेब बसले होते.

त्यांच्या पुढं जाऊन उभा राहिलो. नाव, गाव, गुन्हा सांगून म्हणालो, "माझ्यावर वॉरंट आहे. मला अटक करा."

साहेब म्हणाले, "बसा."

मी बसलो. पेन्सिल हनुवटीला लावून साहेबांनी माझ्या चेहऱ्याकडं नीट बघून घेतलं. काही विचार केला. मग उठून आत गेले.

आपण जेलमध्ये जायचं, हे बीज माझ्यात जडलं होतं. ते राक्षसीवाढीनं आत्तापर्यंत भराभर वाढलं होतं. प्रचंड वृक्ष झाला होता. त्याच्या शाखापारंब्यांनी, मुळांनी मला संपूर्ण व्यापून टाकलं होतं. झपाटलेल्या डोळ्यांत दिसते, तशी

तकाकी माझ्या डोळ्यांत दिसली असली पाहिजे.

पाच मिनिटांतच हातात फाईल घेऊन इन्स्पेक्टरसाहेब बाहेर आले. खुर्चीत बसले. फाईल उघडून माझ्यापुढं करत म्हणाले, ''तुम्ही थोडा उशीर केलात इथं यायला. चोवीस पाच सेहेचाळीसलाच तुम्हा सर्व राजकीय गुन्हेगार मंडळींची सार्वत्रिक मुक्तता झालीय.''

मी समोरच्या पिवळ्या कागदावर नजर टाकली.

''कोल्हापूर इलाख्यात १९४२ च्या चळवळीत सरकारविरोधी कारवाई आणि विध्वंसक कृत्यांबद्दल पकड 'वॉरंटे' काढण्यात आली होती. त्या राजकीय गुन्हेगार मंडळींची यादी खालीलप्रमाणे :''

यानंतर बरीच नावं, त्यांच्यापुढं गावांची नावं, हुपरी, मुरगूड, मंगसुळी, मांगूर, खडकलाट अशी. अकरावं नाव माझं. एकूण नावं त्रेचाळीस आणि शेवटी एक ओळ :

'वरील सर्वांची 'वॉरंटे' परत घेण्यात येऊन सर्वांची सार्वत्रिक मुक्तता करणेत आली आहे.''

सही, (इंग्रजी)

प्राइम मिनिस्टर,

सरकार करवीर.'

स्वातंत्र्य मिळालं.

माझ्याबरोबर होते आणि सापडले होते, ते सर्व लोक गजांआडून बाहेर आले. भूमिगत होते, ते उघड झाले. मला त्यांनी आग्रहानं बोलावून नेलं. लोकांच्या उत्साहाला उधाण आलं. विराट सभा झाल्या. व्याख्यानं झडली. हार-तुऱ्यांचे ढीग पडले. क्रांतिवीरांचा सर्वत्र जयघोष झाला. झेंडे फडफडले. तुताऱ्या, कर्णे वाजले. आम्ही ट्रकमधून झंझावाती दौरा काढला. आज या गावी, उद्या त्या गावी. बावडा, पन्हाळा, हातकणंगलं, सांगाव, मिरज, मालेगाव. घोषणा द्यायच्या, जयजयकार गाजवायचे. व्याख्यानं द्यायची. जागोजाग स्वागत. मिष्टान्नांची जेवणं, सत्कार. वर्तमानपत्रांतून मोठ्या बातम्या. फोटो.

तसं जग काही अतिविशाल नाही, निदान आपलं जग तरी नसतं. कारण सुरुवातीला भेटले, तेच चेहरे पुन्हा काही वर्षांनी मला सतत भेटत आले आहेत.

याच विजयी दौऱ्यात, एका तालुक्याच्या गावी, काँग्रेस पुढाऱ्याच्या घरी आम्हाला मेजवानी होती. व्यवसायानं वकील आणि धंद्यानं देशभक्त अशा या ओशट चेहऱ्याच्या गृहस्थाघरी मला यमू भेटली. ती आता थोडी स्थूल झाली होती. तृप्तीनंतरची साय शरीरभर आलेली दिसली.

मेजवानीच्या धामधुमीत तिनं मला बाजूला घेऊन सारांश सांगितला.

म्हणाली, ''वकील माझे मोठे दीर. ते दुसरे बघितलेस ना, ते मिस्टर.''

मोठ्या कुटुंबातल्या अर्धवट आणि कर्तृत्वहीन भावासारखा एक सामान्य माणूस उगाचच पुढं-पुढं करत होता. हा यमूचा नवरा, हे कळताच मला हळहळ वाटली.

यमू म्हणाली, ''मोठा जमीनजुमला आहे. वकीलसाहेब विधुर आहे. लग्न होऊन मी या घरी आले, तेव्हा किल्ल्यांचा जुडगा माझ्या हाती देऊन म्हणाले, 'आता या

घरची मालकीण तूच. माझी चार लहान धाकटी मुलं आहेत, ती आपलीच मुलं समजून वाढव.' ''

यमू शहाणी होती. तिनं मोठ्या दिराची आज्ञा मानली असली पाहिजे. ती घराची मालकीण दिसतच होती.

मी विचारलं, ''पण यमू, लग्न झालं कधी?''

''तू गेलास, त्याच महिन्यात. पंढरपूरला जाऊन मी झालेली चूक निस्तरली. चंद्रभागेत न्हाले आणि आईनं आणलं, ते स्थळ मुकाट्यानं पत्करलं. जमीन विकून तिनं माझं लग्न केलं. आता आहे, हे गोड करून घेतेय....''

यमूच्या कडू-गोड जीवनाबद्दल मी काही अंदाज बांधला. म्हणालो, ''ठीक आहे.''

अखेर, जे पत्ते हातात येतात, ते घेऊनच डाव खेळावा लागतो. वाट्याला आलेलं यमूनं बिनतक्रार स्वीकारलं होतं.

दौरा संपला. मी त्या दंगलीतनं बाहेर पडलो. पाटी पुसली आणि चरितार्थासाठी धडपडू लागलो. वयाची तिशी उलटते, न उलटते, तोवर लग्न करून नव्या आपत्ती ओढवून घेतल्या. समाजाच्या वहिवाटीविरुद्ध गेल्यामुळे मला माझं घर पारखं झालं. वाळीत पडावं, तसा एकटा पडलो.

समाजात प्रतिष्ठा नाही. जवळीक नाही. खिशात दीडकी नाही. राहायला घर नाही. नोकरी नाही. असे अनेक 'नाही' वागवत, नगण्य, एकटा असा मी महानगरी मुंबईच्या रस्त्यावर भटकत असताना,

उमा, तू अचानक मला दिसली होतीस.

चालून चालून दमल्यामुळे चर्नीरोड स्टेशनलगतच्या त्या लहानशा बागेत सावलीतल्या बाकावर विसावावं, म्हणून मी रस्ता ओलांडत होतो आणि तू चौपाटीच्या दिशेनं पाठमोरी चालली होतीस. तुझ्याबरोबर तुझा नवरा होता.

संध्याकाळ होत होती. समुद्रावरून गार वारे वाहत होते. तू चौपाटीवर हवा खायला निघाली होतीस. माझ्यात आणि तुझ्यात अगदी थोडं अंतर होतं. काही पावलांचं. सहज सन्मुख होऊन मी तुझ्याशी दोन शब्द बोललो असतो. पण मी मागंच रेंगाळलो आणि दिशा बदलून दुसरीकडं वळलो. बागेकडं गेलो नाही. गर्दीत मिसळून राहिलो....

वर्षांमागून वर्षं गेली. पुरात वाहणारं वसाण कुठं तरी अडकून थांबावं,

तसा थांबलो. एका जागी स्थिर झालो.

मला मुलं झाली.

'पुणे' शहरात मी घर केलं.

चंद्रभागेत टाकलेल्या नाण्यासारखी तुझी आठवण मनाच्या तळाशी गेली.

कथेतल्याप्रमाणं जीवनातसुद्धा योगायोग घडतात. एका रखरखीत दुपारी तुझा दादा, अगदी कंगाल अवस्थेत माझ्या गृहस्थाच्या दारी येऊन उभा राहिला.

म्हणाला, "ओळखलंस का?"

क्षणभर लागला ओळख पटायला. मी स्मृतीनं धड आहे, नाव विसरतो क्वचित, पण चेहरे विसरत नाही.

डोक्याला टक्कल. चेहरा काळवंडलेला. शरीर हडकलेलं. अंगात साधा हातधुलाईचा अंगरखा आणि खाली विजार. दात पानानं रंगलेले.

ओळख पटली.

म्हणालो, "या. बसा. इकडं कुठं?"

तर म्हणाला, "बसत नाही. माझं एक काम कर. मुंबइस्नं येताना गाडीत माझा खिसा कापला कुणी. तिकीट, पैसे सगळं गेलं. मला पंचवीस रुपये दे...."

त्यानं अंगरख्याचा कापलेला खिसा मला दाखवला.

"देतो. आत येऊन बसा तर थोडं. चहा घ्या."

मग बसला. पाणी पिऊन झाल्यावर म्हणाला, "काही राहिलं नाही. सगळं गेलं. कंगाल झालोय."

धंद्याचा जुगार असला की, अशी अवस्था येण्याची शक्यता असते, हे मला माहीत होतं. त्यानं मोकळ्या मनानं हे सांगितलं.

मी प्रथम चकित झालो. मग चुकचुकलो.

"धंद्यात खड्ड्यात आलो. उधाऱ्या वसूल झाल्या नाहीत. कर्ज झालं. त्यातून फार प्रयत्नानं बराचसा बाहेर आलोय. पण यश नाही माझ्या हाताला."

सुडाचा मनात बाळगलेला मोठा धोंडा मी उलटून पाहिला. त्याच्याखाली आता विषारी जिवाणू राहिलेले नव्हते.

चहा आणि तिकिटासाठी पैसे घेऊन, गाडी गाठायची आहे, म्हणून गडबडीनं तुझा दादा निघून गेला.

याही घटनेला आता तीस वर्षं होऊन गेली.
मी आता आजोबा झालो आहे.
पण उमा, तुझी आठवण माझ्या मनात अजून आहे.

तू मला प्रथम दिसलीस, तेव्हा काळ्या रंगाचं आणि इंचभर तांबडे काठ असलेलं पातळ तुझ्या अंगावर होतं. काठाच्याच रंगाचं, पण पांढरे लहान ठिपके असलेला ब्लाऊज तू घातला होतास, हेसुद्धा मी विसरलो नाही.

तुला कळलं का? मी चित्रकार झालो नाही. रंगरेषा सोडून मी शब्दांकडं वळलो. मी लेखक झालो. बरं-वाईट लिहीत राहिलो. आजतागायत तेच करतोय. कारण, माणूस नावाच्या प्राण्यापाशी हिंस्रपणा फार आहे; पण कुठे आढळत नाही, एवढा मोठेपणाही आहे. तो मला लोभस वाटतो.
त्याच्या हृदयाचा मोठेपणा, पराभवातही तो दाखवतो, तो मर्दपणा, त्याच्या उत्तुंग आशा, त्याच्या प्रतिभेची आणि विचाराची झेप, त्याची सुजाण सहानुभूती, कळकळ या सर्वांचा उद्घोष कोंबड्याला जशी बांग स्फुरते, तसा लेखकाला स्फुरतो, यावर माझी श्रद्धा आहे.

आता मागं वळून पाहतो, तेव्हा मला वाटतं, मी जे मिळवलं, ते सगळं तेव्हाचं आहे. तुझ्या घरापासून स्टेशनपर्यंत रात्री गेलो ना, तिथपर्यंत सगळी कमाई पुरी झालेली होती. पुढं काही मिळवलं नाही.

अनेक वर्षं झाली. मी तुझी कधी चौकशी केली नाही. तू कुठं आहेस, कशी आहेस, याबद्दल साधं कुतूहलसुद्धा माझ्या मनात नाही. पण काळ्या रात्री आभाळाकडं बघत असताना तारा तुटावा, तशी लख्खकन तुझी आठवण मात्र कधीही, कुठेही येते.

सिनेमाच्या स्टुडिओत एकदा टवटवीत सकाळी बंद झालो. सतत कामात राहिलो आणि संध्याकाळी पाच वाजता, स्टुडिओची ती मायानगरी सोडून शटर उघडताच बाहेर उघड्यावर आलो, तर उभ्या आकाशाचा मंडप गडद काळ्यानिळ्या ढगांनी पार झाकोळून गेला होता. पावसाळी हवा वातावरणात भरून राहिली होती. मातीचा सुरेख वास श्वासाबरोबर जाणवला आणि गडद निळ्याकाळ्या आभाळातून पांढऱ्याशुभ्र बगळ्यांची एक माळ

संथ उडत क्षितिजाच्या दिशेनं जाताना पाहिली. तेव्हा उमा, मला तुझी आठवण आली.

गोव्याला एकवार ऐन हिरव्या दिवसांत, दूर जंगलात भटकताना अचानक समोर हजारो फुलपाखरांचा थवा पोपटी हिरवळीवरून आभाळाच्या दिशेनं वर लवलवत जाताना मी पाहिला. तांबूस पंख. काळी किनार. पांढरे ठिपके. टायगर जातीच्या फुलपाखरांचा हा थवा अवकाशात लवलवता बघताच माझं अंग शहारलं. तेव्हाही तुझी आठवण झाली.

पन्हाळगडाच्या पठारावर हिंडताना, फळानं लहडलेल्या उंबराच्या एकाकी वाकड्या झाडावर शेकडो बुलबुल मंजूळ बोलताना, झेपावताना पाहिले. तेव्हाही तूच आठवलीस.

केरळातील उंच डोंगरमाथ्यावरचं विशाल पेरियार लेक. पावसाळी थंड हवा, पाण्यात उभी असलेली अनेक काष्ठशिल्पे, त्यातून सरकत जाणारी होडी आणि दोन्ही काठांवर हिरवळीनं भरून गेलेल्या लहान लहान गोल टेकड्या पाहिल्या आणि तुझीच आठवण झाली.

अगदी कालपरवा, भंडाऱ्याच्या जंगलात, पाठीवर पिशवी टाकून मी एकटा भटकत होतो. उन्हानं तापलेल्या जमिनीचं कवच फोडून बाहेर उसळलेला तेंडूवृक्षाचा लाल लुसलुशीत कोंब जन्मात मी पहिल्यांदा पाहिला. तेव्हाही उमा, मला तुझीच आठवण आली.

तेव्हा तू म्हणाली होतीस, "आज ना उद्या तू नाव काढशील!" आज लोक म्हणतात, "तुम्ही यशस्वी लेखक आहात."

लेखकाच्या बाबतीत यश ही गोष्ट तात्पुरती असते. ते लांबलेलं अपयशच असतं.

आज यशस्वी म्हणून गाजणारा बघता बघता विसरला जातो.

ग्रीक इतिहासकार हिरोडोटसनं कुणा एका राजाची हकिकत लिहिली आहे.

आपल्या सेनासागराकडं एकवार पाहावं, म्हणून उंचावर ठेवलेल्या संगमरवरी तख्तावर बसून त्यानं नजर टाकली आणि खाली किनाऱ्याला

असलेलं आरमार आणि सेना यांचं विशाल दर्शन त्याला झालं. आरमारानं भरून गेलेला किनारा आणि विशाल सेनासागरानं भरून गेलेली भूमी बघून तो हर्षभरित झाला. त्यानं स्वत:ची पाठ थोपटून घेतली. मग क्षणार्धात त्याचे डोळे पाण्यानं भरले. त्याच्या शेजारी उभा असलेला अर्ताबिनूस चकित झाला. म्हणाला, ''महाराज, क्षणापूर्वी तुम्ही हर्षभरित होता आणि लगेच तुमच्या डोळ्यांत पाणी?''

राजा म्हणाला, ''किती क्षणभंगुर आहे हे मानवी जीवन! या लक्षावधी सैनिकांपैकी कोणीसुद्धा आणखी शंभर वर्षांनी उरणार नाही!''

पुस्तकाच्या कपाटातील माझ्या पुस्तकांची रांग पाहून मला वाटतं, आणखी दहा वर्षांनी यातलं एकसुद्धा राहणार नाही! तरी मी लिहितोच आहे. का?

'डॉक्टर होऊन माणसांच्या आजारावर जगणं मला नको होतं. धर्मोपदेशक होऊन त्यांच्या पापांवर जगणं मला नको होतं. वकील होऊन त्यांच्या भांडणावर जगणंही मला नको होतं. तेव्हा आता लेखक होण्यावाचून दुसरं काहीच करायला उरलेलं नाही.' असं जेव्हा एखादा नॅथनिल हॉथॉर्न म्हणतो, तेव्हा माझेच शब्द त्याच्या ओठांवर असतात.

आता लेखनाला पर्याय नाही.